யாம நுகர் யட்சி

பிரியா பாஸ்கரன்

டிஸ்கவரி பப்ளிகேஷன்ஸ்
எண்: 9, பிளாட் எண்: 1080A, ரோஹிணி பிளாட்ஸ்
முனுசாமி சாலை, கே.கே.நகர் மேற்கு,
சென்னை - 600 078. பேச: 99404 46650

வெளியீட்டு எண்: 0316

யாம நுகர் யட்சி (கவிதை),
ஆசிரியர்: பிரியா பாஸ்கரன்©
Yaama Nugar Yatchi (Poem),
Author: Priya Baskaran©
Print in India
1st Edition: Dec - 2023
ISBN: 978-81-19541-94-2
Pages - 136
Rs - 160

Publisher • Sales Rights

Discovery Publications
No. 9, Plot,1080A, Rohini Flats,
Munusamy Salai,
K.K.Nagar West, Chennai - 78.
Tamilnadu, India.
Mobile: +91 99404 46650

Discovery Book Palace (P) Ltd
No. 1055-B, Munusamy Salai,
K.K.Nagar West,
Chennai-600 078.
Ph: (044) 4855 7525
Mobile: +91 87545 07070

discoverybookpalace@gmail.com / www.discoverybookpalace.com

இந்த நூலில் பிரசுரமாகியுள்ள எந்த ஒரு பகுதியையும் எழுத்துபூர்வமான முன்அனுமதி பெறாமல் எடுத்தாள்வதோ, மறுபிரசுரம் செய்வதோ, மொழியாக்கம் செய்வதோ, ஊடகங்களில் மறுபதிப்புச் செய்வதோ, காப்புரிமைச் சட்டப்படி தடை செய்யப்பட்டுள்ளது. இந்த நூலிலிருந்து சில பகுதிகளை மேற்கோள்காட்டி நூல்அறிமுகம் செய்யலாம்.

உங்கள் மொபைல் போனிலிருந்து ஸ்கேன் செய்து
'டிஸ்கவரி புக் பேலஸ்' மொபைல் ஆப்பை டவுன்லோடு
செய்து, புத்தகங்களை வாங்குங்கள்.

சமர்ப்பணம்

ஹபிபி

நன்றி

க. அம்சப்ப்ரியா, வேல் கண்ணன், இரா. பூபாலன், தாமரைபாரதி, பிருந்தா சாரதி, ஆண்டன்பெனி, சோலைமாயவன், ஆரூர் தமிழ்நாடன், ஸ்ரீவத்ஸா, செந்தில்குமார் பழனிச்சாமி, அன்றிலன், சவிதா.

கணையாழி, இனிய உதயம், கொலுசு, படைப்பு கல்வெட்டு, படைப்பு தகவு, சொல்வனம், வல்லினச்சிறகுகள், கொக்கரக்கோ, புன்னகை, காற்றுவெளி, பேசும் புதியசக்தி, புரவி, குமுதம், ராணி, தமிழ்த்தடாகம்.

பொள்ளாச்சி இலக்கிய வட்டம், படைப்பு குழுமம், முக நூல் நண்பர்கள், மற்றும், வலைப்பூ நண்பர்கள்.

பிரியா பாஸ்கரன்

காஞ்சிபுரம் அருகில் வெம்பாக்கம் என்ற கிராமத்தில் பிறந்தவர். கடந்த இருபது வருடங்களாக மிச்சிகன் மாகாணம், வட அமெரிக்காவில் பொது நிறுவனமொன்றில் மேலாளராகப் பணியிலிருக்கிறார். கணவர், இரண்டு மகன்கள் ஒரு மகள் என அமெரிக்காவில் வசிக்கின்றனர். சங்க இலக்கியம், மரபு இலக்கியத்தில் ஆர்வமும் ஈடுபாடும் கொண்டவர்.

மரபுக் கவிதைகளின் மேலுள்ள ஈடுபாட்டால் வெண்பா பயிற்சிப் பட்டறை நடத்துகிறார். சேலம் தமிழ் இலக்கியப் பேரவையில் பாரதியார் விருது, படைப்பு குழுமத்தின் சிறந்த படைப்பாளி விருது, தமிழ்நாடு முற்போக்கு கலை இலக்கிய மேடையின் தஞ்சை பிரகாஷ் நினைவு விருது மற்றும் தேசிய விநாயகம் விருது கதை பித்தன் வெளிநாடு வாழ் படைப்பாளருக்கான சிறப்பு விருது, இலங்கை மகுடம் கலை இலக்கிய சமூக பண்பாட்டுக் காலாண்டிதழின் பிரமிள் விருது, தமிழால் இணைவோம் உலகத் தமிழ் களத்தின் தங்க மங்கை விருது, வல்லினச் சிறகுகளின் மகாகவி ஈரோடு தமிழன்பன் கவிதை 80 ஆகிய விருதுகளைப் பெற்றுள்ளார்.

மூன்று தமிழ்க் கவிதைத் தொகுப்புகள் 'நினைவில் துடிக்கும் இதயம்', 'காற்றின் மீதொரு நடனம்', 'சலனமின்றி மிதக்கும் இறகு' வெளி வந்துள்ளன. மேலும் இவரது கவிதைகள் ஆங்கிலத்தில் மொழிபெயர்க்கப்பட்டு 'The Horizon of Proximity' என்ற கவிதை நூலும் வெளி வந்துள்ளது. தற்பொழுது 'சிறு வீ ஞாழல்', என்ற குறுந்தொகை பாடல்கள் கதை வடிவிலான நூலும், இந்த 'யாம நுகர் யட்சி' என்ற கவிதை நூலும் டிஸ்கவரி புக் பேலஸ் பதிப்பகத்தின் மூலம் வெளி வந்துள்ளன.

புல்லும் தட்டான்பூச்சியும் செய்யும் தியானம்

-இயக்குநர். பிருந்தா சாரதி

சிறுவயதில் மட்டுமல்ல... இப்போதும் நம் கவனத்தை ஈர்ப்பவைதான் கண்ணாடிச் சிறகு கொண்டு கண்ணைப் பறித்துப் பறக்கும் தட்டான் பூச்சிகள். சிறுவயதில் அவற்றைப் பிடித்து ஒரு நூலில் கட்டிப் பறக்க விடும் ஆசை இப்போது வேறு விதமாக மாறி இருக்கிறது.

தட்டான்பூச்சிகளும் வேறு வடிவம் கொண்டுவிட்டன.
காதலாகவும் காமமாகவும்
அவை பெயர் மாற்றம் கொண்டு விட்டன.

கைக்கு அகப்பட்டும் அகப்படாமலும் பறக்கும் தட்டான் பூச்சிகளாக கண்ணாமூச்சி காட்டி அவை பறக்கின்றன. அவற்றின் மீதான கவர்ச்சி குறைந்தபாடில்லை. என்றாவது குறையுமா என்றும் தெரியவில்லை. குறையத் தேவையும் இல்லைதான்.

இந்தத் தட்டான் பூச்சிகளைப் பின் தொடர்வதாலேயே வாழ்க்கை சுவாரசியமாக இருக்கிறது. ஏன்? அர்த்தமுள்ளதாகவும் இருக்கிறது.

ஒரு புல்லில் அமர்கிற தட்டான் பூச்சி போல் இலேசானதாக இருக்க வேண்டும் காதலும் காமமும். தட்டான் பூச்சியின் ஸ்பரிசத்தில் புல்லரித்துப் போகிறது புல். புல்லின் மென்மையிலும், இரவெல்லாம் அது தேக்கி வைத்த பரிசுத்தமான பனித்துளியிலும் தட்டானும் மெய் மறந்து அசையாமல் அமர்ந்திருக்கிறது.

அன்பு அப்படித்தான் இசையும். கசியும். உருகும்.

உண்மையில் அங்கே ஒரு தியானம் நிகழ்கிறது. பிரபஞ்ச தியானம். அண்டவெளியின் மையத்தையும் விளிம்பையும்

| 7

இணைக்கும் அற்புத தியானம். ஓஷோ கூறுவது போல் காமத்தில் இருந்து கடவுளுக்குச் செல்லும் பயணத்தின் நுழைவாயில்.

பிரியா பாஸ்கரனின் இந்தக் கவிதை நூலில் நான் வாசித்த பல கவிதைகளில் இந்த அன்பும் நேசமும் புல்லும் தட்டான்பூச்சியும் போல இசைந்துகொடுத்துச் சொல் வடிவம் பெற்றிருக்கின்றன. இக்கவிதைகள் ஒருவித தியான அமைதியில் திளைத்திருக்கின்றன.

ஆதியில் வார்த்தைதான் இருந்தது என்று கூறுகிறது ஆகமம். அப்படி என்றால் நாம் கண்ணால் பார்க்கும் இந்தப் பிரபஞ்சம் சொல்லிலிருந்து பிறந்ததுதான். நம் உடலும் அப்படித்தான் இருக்க வேண்டும். அது சொல்லாக இருப்பதை அறிந்திருக்கிறார் பிரியா. அதை உணர்ந்து கவிதையாக மாற்றியும் விடுகிறார்.

"குறிப்புணர்த்து
உச்சிமுகர்ந்து
மெய் நிகரில்
ஒரு மெல்லிய தீண்டல்
இது போதும்

ஓடி மறையாமல்
ஓடி ஓடி ஓய்ந்து போகாமல்
சற்றே இளைப்பாறு

அந்த மௌன எல்லைக்குள்
கணை தொடுக்கிறேன்

உனை
வீழ்த்த அல்ல உன்னிடம்
வீழ."

ஓடி ஓடி ஓயாமல் மௌன எல்லைக்குள் கணை தொடுக்கும் இந்த ஏகாந்தம் ஒரு சுகம். இரண்டு உடல்கள் அல்ல, இரண்டு மனங்கள் ஒன்றிணையும் மையம். இதுவே புல் மேல் ஒளிரும் ஒற்றைத் துளியாகவும், ஓடும் நீரோடையாகவும் இந்த நூலில் காணக் கிடைக்கிறது.

குறிஞ்சி, முல்லை, மருதம் நெய்தல், பாலை என்ற ஐந்திணை மரபு கொண்ட தமிழ்க் கவிதைகளில் நிலம் ஒரு கூறாக வெளிப்படுவது இயல்பு. ஆனால் இக்கவிதையில் அது வேறு விதமாக வெளிப்படுகிறது. இன்று மெய் நிகர் உலகில் காதல் நிகழ்கிறது. மெய் தீண்டல் போல் மெய்நிகர் தீண்டலும் இக்காலத்தில் இயற்கை ஆகிக்கொண்டிருக்கிறது. இக்கவிதையில் நிலவெளி தாண்டிய வெட்டவெளியில் காதல் நிகழ்வது சுட்டப்பட்டுள்ளதாய்க் கொள்ளலாம்.

'மீப்பெரு கர்வம்' என்று ஒரு கவிதை.

"அன்பே
மௌனத்தை முத்தமிடுகிறேன்
சொற்கள் கவிதையாகின்றன
குரூரத்தை முத்தமிடுகிறேன்
சொந்தமாகிப் போகிறேன்
திறந்த விழியில் முத்தமிடுகிறேன்
கலையாகிறது காட்சி
கண்ணீரை முத்தமிடுகிறேன்
இரண்டெனப் பிளக்கிறது இருதயம்
சிரிப்பை முத்தமிடுகிறேன்
உயிர்ப்பித்துக் கொள்கிறது ஆன்மா
என்னுள் கொக்கியெனப்
பொருந்தும்
மீச்சிறு கணங்களில் துளிர்க்கிறது
நேசக்கர்வம்."

அன்பு இன்னொரு அன்போடு எப்படிப் பொருந்த வேண்டும் தெரியுமா? இப்படி ஒரு பித்து நிலையில் பொருந்த வேண்டும். மௌனத்தை முத்தமிடுவதும், குரூரத்தை முத்தமிடுவதும் மீப்பெரும் அன்பு இல்லாமல் வேறென்ன? இப்படி செய்ய முடிகிறவருக்கு மீப்பெரும் கர்வம் வராமல் வேறென்ன செய்யும்? குரூரத்தை முத்தமிடுவதாவது? அது இயலுமா? இயன்றால் அது எவ்வளவு பெரிய காதல்? முட்புதரை முகத்தில் இறுக்கி அணைத்து முத்தமிடுவது முடிகிற செயலா?

பிரியா பாஸ்கரன் | 9

'தீக்குள் விரலை வைத்தால் நந்தலாலா உன்னை தீண்டும் இன்பம் தோன்றுதையே நந்தலாலா' என்று மகாகவிபாரதி பாடியது இப்படி ஒரு உணர்வு நிலையோ?

காதலில், காமத்தில் இது நிகழும். நிகழ்கிறது. அதற்கான சாட்சியே மேற்கண்ட இக்கவிதை.

இந்த உன்மத்தத்தில் சொற்கள் சுழன்றடிக்கின்றன. ஒரு ஊற்றைப் போல் கவித்துவம் அதில் பீறிடுகிறது.

"அழுகையின் உச்சம்
இறை மடியில் இளைப்பாறல்
மூளைக்கு இடம்மாறும் இதயம்
நரம்பில் மேவிப் பாயும் இசை
உல்லாசக் காற்று
சூரியனின் நிழல்
பத்மத்தின் வெம்மை
இருப்பின் யாசகி
அன்பின் சாம்பல்'

என்றெல்லாம் படிமங்கள் பிறக்கின்றன காமத்தின் பிசாசு நாக்கிற்கு வடிவம் கொடுக்க.

"அகராதியிலில்லாச் சொற்களில்
கட்டமைத்துக்
கொஞ்சுகின்றாய் என்னை
மிகமிக இயல்பாய்
மிகமிக அழகாய்
நிகழ்கிறது
மனத்தினை பிறிதொரு
மனது வீழ்த்தும்
கலை."

ஒரு மனதை மற்றொரு மனது வீழ்த்துவது அவ்வளவு எளிது இல்லை. ஆனால் வீழ்ந்த பிறகு அங்கே எந்த ஆடம்பரச் சொற்களோ, அலங்கார வார்த்தைகளோ தேவையில்லை. அகராதியில் இல்லாத அனர்த்தமான ஓசையே கவிதையாகிறது.

கெஞ்சலுக்கும் கொஞ்சலுக்கும் மீறிய கவிதை இருக்கிறதா என்ன? சாயங்கள் அற்ற சுடுமண் சிற்பங்கள் போல் இவ்வளவு வெளிப்படையான காட்சிகள், படிமங்களைப் பல கவிதைகளில் பிரியாவின் இக்கவிதை நூல் கொண்டுள்ளது.

காமத்தை பாடும் பெண் கவிஞர்களின் குரலை மூவாயிரம் ஆண்டுகளுக்கு முந்தைய சங்க காலத்திலேயே தமிழ் இலக்கியம் பதிவு செய்திருக்கிறது. ஔவையின் இந்தப் புகழ்பெற்ற கவிதை ஒரு இளம் பெண்ணின் பருவ உணர்வை அப்பட்டமாக வெளிப்படுத்துகிறது.

“முட்டுவேன் கொல்? தாக்குவேன் கொல்?
ஓரேன், யானும் ஓர் பெற்றி மேலிட்டு
’ஆ அ ஒல்’ எனக் கூவுவேன் கொல்?
அலமரல் அசைவளி அலைப்ப, என்
உயவு நோய் அறியாது துஞ்சம் ஊர்க்கே.”

என்ற குறுந்தொகைப் பாடல்

'இது நள்ளிரவில் வீசும் தென்றல் காற்றில் எனக்குள் எழும் உணர்வுகளை கட்டுப்படுத்த நான் முட்டிக் கொள்வதா? தாக்கிக் கொள்வதா? ஆ ஊ எனக் கூவுவதா?

எப்படிக் கட்டுப்படுத்துவேன் ? உறங்கும் ஊரே கூறு'

என்று முகமூடிச் சொற்கள் அற்று நேரடியாக பெண் உணர்வை வெளிப்படுத்துகிறது இக்கவிதை.

இதுபோன்ற கவிதைகள் நம்முடைய மரபிலேயே இருக்கும் ஒன்றாகும். ஆகவே பிரியா பாஸ்கரன் போன்ற இக்காலப் பெண் கவிஞர்கள் காதலும் காமமும் பொதிந்த கவிதைகள் எழுதும் போது அந்த அகப்பாடல் மரபின் மரபின் தொடர்ச்சியாகவே அவற்றை நான் காண்கிறேன்.

'நவீன கோதை' கவிதை ஒரு அழகான அரூப ஓவியம் தீட்டுகிறது. அமேசான், ஆப்பிள் என்ற நிழல் உலகமே இப்பெண்ணின் நிகழ் உலகம்.

"அமேசான் காடுகளுக்கிடையில்

இருக்கிறாள் ஏகாந்தத்தில்

அவள் கனவு முகைகளைப் பறிக்காதீர்கள்

அவள் பூக்கள் வாரிஜங்கள்

அவை அனிச்சங்கள் அல்ல

தோட்டச் சொற்களுக்குத் தடை

அவை மொக்கவிழ்வதே பேரானந்தம்

நீள விரிவதும் குவிவதும் பேரழகு

இமைகளே கவசமாய் நிற்க

பரந்தாமன் வேண்டாம் தாழ் திறக்க

ஆப்பிள் வாட்சுக்கு தெரியும்

அவளது

ஸ்லீப்பிங் பேட்டன்."

இந்தப் பாவை பரந்தாமனைத் துயிலெழுப்பப் பள்ளியெழுச்சி பாடுகிறவள் அல்ல... இவள் எழவே ஆப்பிள் வாட்ச் எம்பாவாய் கூறி எழுப்ப வேண்டும். களைத்துக் கிடப்பவளின் கனவு முகைகளை எவ்வளவு நேரமும் ரசிக்கட்டும். அதுவும் ஏகாந்தமே... மாய மயக்கமே... ஒருவித தியானமே...

புல் மீதமர்ந்த தட்டானை யாரும் எழுப்ப வேண்டாம். அந்த லயிப்பிலேயே அவை இருக்கட்டும். சிறிய காற்றோ பொட்டுத் தூறலோ கூட அவளுக்கு இடைஞ்சல்தான். இயற்கை எவ்வளவு காலம் அனுமதிக்கிறதோ அவ்வளவு காலம் நிகழட்டும் அந்த தியானம்.

அதைக் கவிதையாக மொழிபெயர்த்து பிரியாவும் நமக்குத் தரட்டும். வாசிப்பின் சுகத்தை நாம் அனுபவித்துக்கொண்டே இருப்போம்.

பேரன்புடன்,

பிருந்தா சாரதி

யாம லகரியில் சொற்களின் சுரோணிதம்

மொழியின் துணையைக் கொண்டு உணர்வுகளுக்குக் கட்டுப் பட்டும், உணர்வுகளுக்கு அப்பாற்பட்டும், இருத்தலுக்கும் வாழ்தலுக்கும் முரணிக்கின்ற ஒவ்வொரு நொடியிலும், மனது வயப்படுகின்ற விடயங்களை, அகத்தின் உருவங்காட்டி சொல்கின்ற, காட்சிப்படுத்துகின்ற பரிபாலனங்களை, சீழ்பிடித்த இரணங்களை, அரூபமாய் உறைந்திருக்கும் எண்ணங்களின் கோப்பாகவும், உடல் பொருள் ஆவி மனம் ஆன்மா அனைத்தையும் ஆலாபனைச் செய்யும் ஓர் அசரீரியின் அன்பிலும், மனதின் எதிர்பார்ப்புகளையும், திரிசமங்களையும், எந்த வித முலாம் பூச்சுமின்றி, கட்டவிழ்ந்த நிலையில் வெகு சுதந்திரமாக உதித்தவற்றைக் கவிதைகளாக ஆவணம் செய்வதென்பது அதிமுக்கியமான ஒன்றாகிறது. அவை காலநெளிப்பில் உருத்தெரியாமல், சிதைந்து விடாமல் இருக்கப் பிரயத்தனப் படவேண்டியுள்ளது.

அன்பென்ற உணர்வை எதிலும் அடக்க இயலாது என்பதை நாம் அறிந்தாலும், அது தரும் போதையை, நளினத்தை, பேரின்பத்தை, வலியை, சிறிது சிறிதாகக் கொல்லும் உணர்வை, உயிரோடு இருக்கும் பொழுது மரணத்தின் வாயிலைக் காட்டிடும் சாகசத்தை, என் உணர்வுகளுக்கு எட்டிய வரையில் எனது மசித்துளிகளில் நிரப்பி எனது யாமத்தில் என்னை மீட்டும் சொற்களின் சுரோணிதத்தில் சூல் கொண்டவைகளைக் கவிதைகளாக்கி உள்ளேன்.

Keats என்ற மாபெரும் கவிஞனின் கூற்று, “*I love you the more in that I believe you had liked me for my own sake and for nothing else…* “என்பதற்கிணங்க உயிர்த் தீயைப் பிரகாசிக்க வைத்து, நிபந்தனையற்ற அன்பினை உணர வைத்து, என்னை எனக்காகவே நேசித்த, ஒரே கணத்தில் இன்பத்தையும், துன்பத்தையும் கொடுத்த

அன்பின் நெஞ்சங்கள், ஆன்மாவை துளித்துளியாக நெக்குருகச் செய்த கணங்கள் ஏராளம்.

ஆகையால் தான் என்னவோ அன்பு, காதல் சார்ந்த அகத்திணை கவிதைகள் நிறைய எழுதுகிறேன் போல. அவ்வப்பொழுது சமூகம் சார்ந்த புறத்திணைக் கவிதைகளை எழுதினாலும், என்னை உயிர்ப்புடன் நடமாடச் செய்வது இந்தக் கவிதைகள் தான். பிசாசாக என்னை ஆட்கொண்டு எனது புறவுலகின் மனக்காயங்களை ஆற்றுப்படுத்தும் தன்மையை இக்கவிதைகளில் உணர்கிறேன். அதில் கட்டுண்டு, அதன் மாயையில் சிக்குண்டு கிடக்கிறேன். அவை திக்கற்ற திசைகளில் அலையும் என்னைத் திசை மானியாய் இழுத்துக்கொண்டு சென்று, எல்லையற்ற வானில் ஆரோகணம் செய்கையில் அமிழ்ந்து போய் என்னைத் தொலைத்துவிடுகிறேன். அந்தத் தொலைதலில் கண்டெடுத்த சொற்களைத் தான் யாம நுகர் யட்சியில் கவிதைகளாகப் பிரசவித்திருக்கிறேன்.

இந்த நூலை ஹபிபிக்கு சமர்ப்பணம் செய்துள்ளேன். ஹபிபி என்பது அரபு வார்த்தையாகும், இது "My Love" (சில நேரங்களில் "my dear," "my darling," or "beloved.") என்றும் மொழிபெயர்க்கப்பட்டுள்ளது.

அதாவது காதலிப்பவர்களை மட்டும் My Love அல்லது My Dear எனச் சொல்வதில்லை, யார் மீது அளவற்ற அன்பும் நேசமும் உள்ளதோ அவர்களையும் ஹபிபி என அழைப்பதுண்டு. அது கணவராக, மகளாக, மகனாக, நண்பராக, அல்லது எந்த உறவாகவோ இருக்கலாம். அப்படிப் பட்ட பிரிய நேச உறவிற்கு இந்த நூலைச் சமர்ப்பிக்கிறேன்.

நூலுக்கு அணிந்துரை வழங்கியுள்ள இயக்குநர், கவிஞர். பிருந்தா சாரதி அவர்களுக்கு பேரன்பின் மகிழ் நன்றியை உரித்தாக்குகிறேன். நூலை வெளியிட்ட டிஸ்கவரி புக் பேலஸ் உரிமையாளர் மு. வேடியப்பன் அவர்களுக்கும், அட்டைப்படம் வடிவமைத்தவ வெ.பாலாஜி அவர்களுக்கும் அன்பும் நன்றியும்.

பின்னட்டைக்கு புகைப்படம் எடுத்துத் தந்த மகன் ரிஷி பாஸ்கரனுக்கும், ஒளிப்படத்தைத் திருத்தி தந்த நண்பர்,

புகைப்படக் கலைஞர். பால முரளி அவர்களுக்கும் அன்பும் நன்றியும்.

இந்த நூலுக்கு மெய்ப்பு பார்க்க உதவிய நண்பர் கவிஞர் இரா. பூபாலன் அவர்களுக்கும் கவிதைகளைத் தேர்தெடுக்க உதவிய கவிஞர். வேல்கண்ணன் அவர்களுக்கும் குடங்குடமாய்த் தளும்பி வழியும் பேரன்பு.

சங்கத் தமிழ்ச் சொற்களை அங்கங்கே கவிதைகளில் எடுத்தாண்டு இருப்பேன், அப்படி எழுதத் தொடர்ந்து உற்சாகம் கொடுத்து ஊக்கமளித்தும், இலக்கணப் பிழைகளைத் திருத்தியும், 250க்கும் மேற்பட்ட கவிதைகளிலிருந்து தொகுப்புக்குக் கவிதைகளைத் தேர்ந்தெடுக்க உதவிய அன்பு நண்பரும், கவிஞருமான தாமரைபாரதி அவர்களுக்கு பேரன்பு இழைகளால் கோர்த்த பிரிய நேசங்களை உரித்தாக்குகிறேன்.

என்னை அரூபமாய் இருந்து வழிகாட்டிக் கொண்டும், வாழ்த்திக் கொண்டும் இருக்கும் தந்தை அருகதேவன் அவர்களுக்கும், எனது எழுத்துகளைப் பெரு உவகையுடன் ஆராதிக்கும் எனது தாய் ஜினதத்தை, அண்ணன் உதயகுமார், அக்காக்கள் செல்வகுமாரி, காஞ்சனமாலை, தம்பி அகஸ்தியப்பன் மற்றும் அனைத்து உறவுகளுக்கும், நண்பர்கள் அனைவருக்கும் அன்பும் நன்றியும்.

நான் கவிதைகளில் தொலைந்திருக்கும் தருணங்களில் என்னைத் தேடாமல் எனது தேடல்களுக்கு உறுதுணையாக இருக்கும் எனது கணவர் விஜய் பாஸ்கரன் அவர்களுக்கும், மகன்கள் ரிஷி பாஸ்கரன், ஷிரேனிக் பாஸ்கரன், மகள் திரிசலா பாஸ்கரன் அவர்களுக்குப் பேரன்பின் அணைப்பும், முத்தங்களும்.

மனம் தட்டான்பூச்சியாய்ப் பறந்த கணத்தில் உதித்த கவிதைகளைத் தொகுப்பாக்கி உங்கள் கைகளில் அளித்துள்ளேன். அந்த தட்டான் பூச்சியின் ஆனந்தமும், மனக்கிடங்கும் தந்த அனுபவங்களை, மன விகாசங்களை, உளைச்சல்களை இன்னும் இன்னும் சொல்லொணா உணர்வுகளை அச்சிட்டு ஆவணமாக்கியுள்ளேன். அந்த உணர்வுகளைக் கவிதைகளாக்கிய பின் எனக்கு மட்டும் சொந்தமில்லை.. வாசகர்களாகிய உங்களுக்கும் சொந்தம்..

ஏதேனும் ஒரு நொடியில் வாசகர்களாகிய உங்களுக்கும் கவிதையில் வார்த்துள்ள அனுபவங்கள் வாய்த்திருக்கலாம். ஆகையால் தொகுப்பை வாசித்துவிட்டு தங்கள் கருத்திற்காய்ப் படபடக்கும் தட்டானைச் சிறகு விரித்துக் காத்துக் கொண்டிருக்கிறேன்.

என்றும் அன்புடன்
பிரியா பாஸ்கரன்
9.18.23
Priya@Baskarans.com

உள்ளே

1. மௌன எல்லை 19
2. சிநேகிக்கும் மழை 20
3. ஆகுதியாகும் ஆன்மா 21
4. நிழல் புனையும் ஓவியம் 23
5. உவவானம் 24
6. அணுக்கத்தின் வெளி 25
7. மனது தீட்டும் காவியம் 27
8. மாற்றி யோசி 29
9. விலக்கப்பட்டவளின் குரல் 30
10. மீப்பெரு கர்வம் 31
11. நேசக்கள்வர்கள் 32
12. சிமிட்டலில் இருப்பு 33
13. வெப்புளில் வாழ்தல் 34
14. முத்தத்தீ 35
15. வாழ்ந்துவிடுவேன் 36
16. காலங்காலமாக 37
17. தொலைபுலத்தொடர்பு 38
18. மழைக் கனம் 39
19. I Love Myself The Most 40
20. முத்தயிறகு 41
21. இறையாய் நேசிப்பு 42
22. காத்திருப்பு 43
23. நவீன கோதை 44
24. பிறவி 45
25. குட்டிக் குழந்தைக்கு... 46
26. கற்றை நிறைவு 47
27. ஆழ்கையில் இரை மீட்டும் ஆன்மா 48
28. அதாகப்பட்டது 49
29. சரி தவறற்ற யாசிப்பு 50
30. நேசத்திவலை 51
31. இறகான ஆன்மா 52
32. அன்பிற்கு அவளது நேசத்தின் முடிவிலாக் கடிதம் 53
33. உயிர்த்திருக்கும் புதைகுழி 55
34. மனக்கோள் 56
35. பிடி சாபம் 57
36. தீயில் உயிர்க்கும் நிழல் 58
37. வேண்டுவது எது? 59
38. மௌனம் சுகம் 60
39. சிலுவைப் புனையும் மாய நினைவுகள் 61
40. உயிர்ப்பைக் கொல்லும் தாழ் 62
41. நேசச்சிமிட்டல் 63
42. பறவையின் அந்திமம் 64
43. நிதர்சனம் 65
44. நீள் இரவு 66
45. செம்மதுவில் மூழ்கும் மழை 68
46. மறதி 69
47. ஆழ்கையில் எரியும் உயிர்த்தீ 70
48. மரணப் பேழையில் உயிர்த்திருக்கும் புன்னகை 71
49. காலதேவன் வாக்கு 72
50. உயிர்த்தீ 74
51. அணுக்கத்தை இழந்த நொடிகள் 75

52. மனக்குடிலின் குருவிக் கூடு 76	81. பனி இரவின் சாரல் 107
53. ஆழ்கையில் எதிர்கொள்ளும் கவிதை 77	82. அந்தர வெளியின் வார்ப்படம் 108
54. கண்ணீர்த்துளி காதான கதை 78	83. உலர்த்தலில் விரியும் மனம் 109
55. அன்பென்பது யாதெனில்.. 79	84. மௌனக் கங்குகள் 110
56. காத்திருப்பின் இருள்வெளிப் பயணம் 80	85. குழலூதும் சொல்லாடல்கள் 111
57. சொல்லாத சொற்கள் 81	86. மிதக்கின்ற கனவின் துடிப்பு 112
58. மௌனம் உடைத்திடு 82	87. உயிர்நாடி புனையும் சன்னத கவிதை 113
59. அல்லாடுதல்களின் சலித்தல் 83	88. பெருமூச்சின் இரகசியம் 114
60. யாம நுகர் யட்சி 84	89. எண்டோர்ஃபினைச் சுரக்கும் ஒற்றைச் சொல் 115
61. உறைபனியில் பெருங்கோட்டுச் சித்திரம் 86	90. காற்றில் வரையும் மடல் 116
62. இமையில் பூத்த உப்பு ட்யூலிப் 87	91. ஆறாம் புலன் 117
63. நலமறிந்த சமாந்தரம் 88	92. உறங்க மறந்த நினைவுகள் 118
64. இரை கவ்வும் சீயம் 89	93. மௌனத்தின் பிராயம் 119
65. அணுக்கத்தின் கேள்விகள் 90	94. கமழும் நினைவுகள் 120
66. எஞ்சியிருக்கும் சொற்கள் 91	95. உயிர்ப்பில் தரிக்கும் கவிதை 121
67. முரண்களின் உரு 92	96. மொக்கவிமும் நினைவுகள் 122
68. சலிக்காத மாயத்தின் புதிர் 93	97. அன்பின் இலக்கணப் பிழை 123
69. அபிமானத்தின் வெய்துறுதல் 94	98. அணுக்கத்தில் எரியும் இரவு 124
70. காத்திருத்தல் ஒரு யோகம் 95	99. அணுக்கச்சுவடு 125
71. ஹபிபி 96	100. அவனுக்கு மழை என்ற புனை பெயர் உண்டு 126
72. கட்டவிழ்த்தல் 98	101. காதலில் எல்லாம் நியாமானதே 127
73. மிருநாளத்தில் நீலோற்பலம் 99	102. அழலும் காலம் 128
74. வெப்புள் பனி 100	103. விழிகளில் அடங்கிய விழிச் சிறகுகள் 129
75. இன்சோம்னியா 101	104. சொல்லாத சொல்லின் இரகசியங்கள் 130
76. யாழ் மீட்டும் சிரிப்பொலி 102	105. அல்லாடும் மனம் 131
77. சிரிப்பென்னும் இடுதிரை 103	106. சிறையுண்டு கிடக்கும் லிபிகள் 132
78. இலையுதிர் பருவம் 104	107. மீளா நினைவுகள் 134
79. கூடுதுறை ஞாபகங்கள் 105	
80. நினைவுகொள்(ல்) 106	

மௌன எல்லை

நிசப்தத்தைக் கலைக்கிறது
கடிகாரத்தின் இருதய ஒலி

பெண்டுலமாய் ஊசலாடும்
நினைவுகளில்
தேடிக்கொண்டிருக்கிறேன்
உனை

நிழல் கூட
நிஜம் போலத் தெரிகிறது

வெளியில் வழுவி வீழ்ந்துவிடும் போல
நடுங்குகிறதென் துடிப்பு

குறிப்புணர்த்து
உச்சிமுகர்ந்து மெய் நிகரில்
ஒரு மெல்லிய தீண்டல்
இது போதும்

ஓடி மறையாமல்
ஓடி ஓடி ஓய்ந்து போகாமல்
சற்றே இளைப்பாறு

அந்த மௌன எல்லைக்குள்
கணை தொடுக்கிறேன்

உனை
வீழ்த்த அல்ல உன்னிடம்
வீழ.
○

சிநேகிக்கும் மழை

காலத்தின் திசையில்
யாசகியாய் அலையும்
மனதின் மொழியைப் பேசிவிடத் துடிக்கின்ற
காற்பெருவிரல்களில்
நிரம்பி வழிகிறது முழு குடமாய்
உணர்வுப் பிசுபிசுப்பு
ஏக்கத்தின் உச்ச வலியில் துயிலாது
சிதறிக் கிடக்கும்
விண்மீன்களைக் கணக்கெடுக்கிறேன்
விழிக்கணையில் தாகம் மேலிட
திடீரெனத் தொடுவான் வெளி பிளந்து
நாவால் நக்கி நனைத்து
சிறு நாய்க்குட்டியாய்ச் சிநேகிக்கும்
மழையின் வாசனையில்
தற்காலிகமாய் மறக்கப்படுகின்றன
நேசத்தின் குரூரங்கள்.
○

ஆகுதியாகும் ஆன்மா

உலர்ந்து கிடக்கின்றன என்றோ
மதுவின் கிறக்கத்தில் நீ பதித்த முத்தங்கள்

அவற்றில் ஒரு துளி உயிர்ப்பை
ஒட்டிவைக்க முயன்று தோற்றுப் போகிறேன்

இருந்தும் அவை உருகி ஒளி பாய்ச்சி
உயிரில் மிதந்து செல்கின்றன
பெருங்கனவுகளாய்
இன்றும்.
○

சுமைதாங்கியாயிருக்கும்
மனதில்
எஞ்சியிருக்கின்ற
மெல்லிய உணர்வுகளை
மெல்ல மெல்ல
உயிர் பிடுங்கி எறியக்
காலம் தலைகீழாயிற்று
இப்பொழுது
கண்ணீரிலும் குருதியிலும்
தொடங்குகிறது
கவிதை.
○

வரையறை செய்யப்படாத
ஓர் உறவில்
இரு புறமும் குழல் நீண்ட துப்பாக்கியாய்
வார்த்தைகளை ஏந்துகிறேன்
அழுகையில் புரள்வது
விதியெனப் பிறிதொரு ஆயுதமாய்ச்
சுய இரக்கப் பரிதாபச் சனியனை
ஏந்துகிறது மனதின் ஓரம்.
◯

நிழல் புனையும் ஓவியம்

மாலைச் சிவப்பில் மறையும் சூரிய வெளியில்
பனிபடர் காலையில் சிரிக்கும் பெட்டூனியா மலரில்
விறாந்தையில் உதிர்ந்து கிடக்கும் மல்லிகைப் பூவில்
மேனியில் பட்டுத்தெரித்த புல்வெளி தெளிப்பான் நீரில்
உயரும் குரலில் காது மடலோரம் சுருள்கிற மயிரில்
சட்டெனப் பற்றும் கற்பூரக் கோபத்தில்
மணல் தீண்டும் அலைகளின் சீண்டலில்
ருமேனியா தக்காளியில் முக்குளித்த
பாஸ்மதி சோற்றுப் பருக்கைகளில்
மேகத் திரளென மார்ல்போரோ சிகரெட்டின்
புகை கசிவில்
ஜானி வாக்கர் ப்ளூ லேபிலின் வெற்று மதுக்குவளையில்
திடீரென்று உரசிக்கொண்டு போகும்
ஈயக்குண்டின் கடுஞ்சொல்லில்
அந்தியின் கடைசி வெளிச்சத் துளியில்
அலரியின் முதல் வெளிச்சக் கீற்றில்
என என் வழியில் உன்னைப் பார்ப்பது போல
உன் வழியில் என்னைப் பார்க்க
எனக்கோர் ஆசை.

○

உவவானம்

உன்னைக் காணவியலாத பொழுதில்
உந்தன் கரகரப்பான குரலைக் கேட்கிறேன்

அது
உறுதியாய் உள்ளிறங்கும்
என்பதை நீயறிவாய்

அதில் ஒலிக்கும் அனுசரணையை
மிரட்டும் தொனியை
அன்பில்லை எனச் சொல்லும் பொய்யை
அழுகின்ற பரிதவிப்பை
சொற்கள் செய்யும் வன்காதலை
விரிந்த சிரிப்பை
கோபிக்கும் அழகை இரசிக்கிறேன்

நாளங்களில் பிரவாக நதிகள்
ஒன்றுகூடி இசை எழுப்புகின்றன
வல்லிசை பிரவாகமாய் ஊற்றெடுக்க
பிறவிப் பலனை உணருகிறேன்

நம் நேசத்திற்கு
தேவையில்லை
நீ.
○

அணுக்கத்தின் வெளி

பகலின் உறைதலுக்குப் பின்
காற்றில் உலர்த்திக்கொண்டிருக்கிற நடுநிசியில்
முள் சுமக்கும் பாதமாய்
வலிசேர்ந்து துடிக்கிறது
மனது

நமது உரையாடல்களில்
கடந்து போன நொடிகளின் பிழைகளை
சரிசெய்யத் தேவை
அழிப்பானாய்
மறதி

உப்புக் கரைசலில் எரியுண்ணும்
காயங்களுக்கு மருந்தாய்
கால ஊர்தியில் நாம் பயணிக்கின்ற
சொற்ப நொடிகளே

வார்த்தைகள் எட்டாத ஆகாயமாய்
நெடுந்தொலைவில் நீ
அகராதியில்
பிடிவாதத்திற்குப் பொருளாய்
உனது பெயரே

இருப்பினும்
இடக்கண்ணில் வலக்கண்ணை அப்பி
ஒரு கணமேனும் உனது ஊடுருவும்
பார்வையில் வரும்
ஒற்றை 'ம்' க்கு
கதவிடுக்கில் எட்டிப்பார்க்கும்

என்னைப் பார்த்துத் தான்
இராங்கிக்காரி என்கிறது
இந்த அர்த்தமற்ற
உலகு.
○

மனது தீட்டும் காவியம்

வால் நட்சத்திரத்திற்கு அப்பால்
உனதிருப்பு

ஊற்றெடுக்கும் ஒளிக் கற்றைகள்
இடைவழியில்
ஓசோன் படலத்தைக் கடந்தும்
உறைகின்றன

எனது தோட்டத்துப்
பைன் மர நெடுஞ்சினைகள் நெடிது
வளர்ந்து வருகின்றன
அங்கே

சிறைப்புறத்து முல்லைக்கொடியும்
படர்ந்து முடிவிலாத் தேடலில்
முனைப்பாகிறது
காசினி சூழலுக்குள் நான்
ஞாயிறு வெளிக்குள் நீ

காலத்திற்கும் அகாலத்திற்குமிடையே
நமது உறவு
துயிலா இரவுகள் விழித்த பகல்களாகிட
வாசிக்கின்றேன் மீதமிருக்கும்
நம்மிடையேயான
விரிவுரைக் குறிப்புகளை

உயிரைத் திருகும் பிரிவுத் துயரில்
உழல்கிற மனது தீட்டுகிறது
ஒரு
பெருங்காவியம்.
○

மாற்றி யோசி

கனவின் அருவியில்
கொட்டுகின்றன பாம்புகள்

நினைத்தது நடக்கும்
என்கிறாள் சீனத்துப் பாட்டி

தெற்கிலிருக்கும் நீயும்
மேற்கிலிருக்கும் நானும் கைகோர்த்து
வடகிழக்குக் கண்டத்தின்
தொடுவானத்தில்

அக்கப்போரற்ற
சூழ் உலகு

இரவின் கனவுகளில்
இப்பொழுதெல்லாம்
பாம்பு அருவியைத் தேடுகிறேன்

பகல் கனவுகளில்
கண்களை நோக்கி
இதயத்தை வாசிக்க.
○

விலக்கப்பட்டவளின் குரல்

நிலவின் நிழலிலும்
சூரியனாய்ச் சுடுகிறாய்
கனவுகளில்
உடலெங்கும் பாயும் இரத்தம்
கொதிக்கிறது கூடுதலாக

தடை விதிக்கிறேன் கனவுகளுக்கு
மனதின் வரம்புகளை மீறி
கனவற்ற உறக்கம் எதற்கென
ஊடலுற்ற துயில் விட்டகல்கிறது

இப்பொழுது உரையாடிக்கொண்டிருக்கிறது
நனவில் கனவு உன்னிடம்.
◯

இயல்பான ஒன்றுதானுனக்கு
விட்டுவிடுயென்பது

அதெனக்கு இயல்பல்லாததால்
கவிதை
எழுதிக்கொண்டிருக்கிறேன்.
◯

நீ
என்னை மறந்தும் போகக்கூடும்
உனக்காக எழுதிய கவிதைகளில்
ஒன்றாவது
நினைவூட்டிக்கொண்டிருக்கும்
நம்மை.
◯

மீப்பெரு கர்வம்

அன்பே
மௌனத்தை முத்தமிடுகிறேன்
சொற்கள் கவிதையாகின்றன
குரூரத்தை முத்தமிடுகிறேன்
சொந்தமாகிப் போகிறேன்
திறந்த விழியில் முத்தமிடுகிறேன்
கலையாகிறது காட்சி
கண்ணீரை முத்தமிடுகிறேன்
இரண்டெனப் பிளக்கிறது இருதயம்
சிரிப்பை முத்தமிடுகிறேன்
உயிர்ப்பித்துக் கொள்கிறது ஆன்மா
என்னுள் கொக்கியெனப்
பொருந்தும்
மீச்சிறு கணங்களில் துளிர்க்கிறது
நேசக்கர்வம்.

நேசக்கள்வர்கள்

நீயே நானெனத்
திங்களன்று கூடி மகிழ்ந்து
செவ்வாயன்று நீயாரென
விரல் சொடுக்கி
விலகி நின்றோம்

புதனன்று விரும்பவில்லையெனச்
சொற்களில் தணலேற்றி
வெள்ளி வரை
எரியவிட்டோம் நெய்யூற்றி

சனியன்று மௌனத்தில் சமாதானமாகி
இதமாய் ஞாயிற்றின்
அணுக்கத்தில் ஆலிங்கனம் செய்து
மீண்டும் திங்கள் காலை
'டூ' விட்டுச் செவ்வாய் மாலை
ஈஷிக்கொண்டோம்

சண்டையும் சமாதானங்களும்
மாறி மாறி நாள்தோறும்

எப்படி இருந்தாலென்ன
நேசம்
நேசம் தானே.
○

சிமிட்டலில் இருப்பு

வேர் பிடித்துப் பேயாடும்
நேசத்தின் பரிசு

அழுகையின் உச்சம்
இறை மடியில் இளைப்பாறல்
மூளைக்கு இடம்மாறும் இதயம்
நரம்பில் மேவிப் பாயும் இசை
உல்லாசக் காற்று
சூரியனின் நிழல்
பத்மத்தின் வெம்மை
இருப்பின் யாசகி
அன்பின் சாம்பல்

நம்பு
கண்ணாடியை உற்றுப் பார்
மூச்சுத்துடிப்பை இமைகள் சிமிட்ட
என்னை
நினைவில் கொள்வாய்.
○

வெப்புளில் வாழ்தல்

பனிச்சாமக் கனவு
சலமும் அசலமுமாய் நம்மிடையே திரிச்சுடர்
இருளையும் ஒளியையும்
வசதிக்கேற்றவாறு வகைப்படுத்தி
இறைஞ்சுகின்ற உனது கண்களுக்கும்
தர்க்கிக்கின்ற எனது உதடுகளுக்கும்
உள்ள முரணை நிவர்த்தி செய்கிறாய்
ஒரு முத்தத்தால்
வெப்புளாகின்றன இதழ்கள்
நனவில்.
◯

நாவில்
சேரா அமிழ்தமாய்
இதழ்க் கடையில் ஊறுகிறது
ஒரு துளி வெள்ளம்
குலுக்கிப் போட்ட சீட்டுக் கட்டான
நினைவுகளில்.
◯

அகராதியிலில்லாச் சொற்களில்
கட்டமைத்துக்
கொஞ்சுகின்றாய் என்னை
மிகமிக இயல்பாய்
மிகமிக அழகாய்
நிகழ்கிறது
மனத்தினை பிறிதொரு
மனது வீழ்த்தும்
கலை.
◯

முத்தத்தீ

மின்னல் கீற்றுகள்
மேக இமைகள் கிழித்து
உப்புக்காற்றில் துடிக்கும்
உயிரின் தழுவல்களில்
துளிர்க்கும் ஈரக்குழிழ்களின்
சப்த தாளங்கள்

தாப தீ மூட்டலில்
குளிக்கும் அதரங்களில்
வியர்வைக் குவியல்

வில்லும் நாணுமாய்
நிரந்தர இணைப்பு
அம்புகளின் குறி

ஆதி மொழியில் உறவாடித்
தானாய்த் தகித்துக் கொண்டன
அதரங்கள்.
○

வாழ்ந்துவிடுவேன்

ஆயுளுக்கு முற்றுப்புள்ளியிடும்
சொல் நீட்டிய தைப்பு
வலி கீறலிட
கொந்தளிக்கும் மனம்
விழியோர அலையடிப்பு
எரிமலையெனக் குமுறும்
மொழியற்ற தவிப்பு
ஈக்களாய் மொய்க்கும் துன்பம்
கிழிந்து துவளும் நம்பிக்கை
உச்சி வெயிலின் ஜ்வாலை வீச்சு
வெற்றுக் காலில் முள் பாதை பயணம்
இருந்தாலென்ன
காற்றின் நெடும்பரப்பில்
குரலின் சாய்மானம்
இது போதும்.
O

காலங்காலமாக

பகல் இரவுகளை
அடகு வைக்கிறேன் உன்னிடம்
புரிதல் நிகழாதென்று தெரிந்தும்
உரத்துச் சொல்கிறேன்
கோபம் வருகிறது உனக்கு
என்ன செய்ய?
பூட்டிவைக்கிறேன்
கிடுகு வேலிகளை இறுகப்பின்னி
சிறகு வெட்டிய பறவையாய்
உள்ளிரு
இனி அதுதான்
நல்லது.
○

தொலைபுலத்தொடர்பு

அமிலமென அள்ளித்தெளித்த வார்த்தைகளுக்கு
விரிவுரைக் குறிப்புகள் எழுதிக் களைத்ததில்
மூடா விழிகள்
மௌன நொடிகள் மன நரம்புகளைக்
குத்திக் கிழிக்கத்தொட்டாற் சுருங்கியாய் இல்லாமல்
நாய்க்குட்டியெனச் சுற்றும் நினைவு

சண்டைக்கான சமாதானம்
சமாதானத்துக்கான சண்டை
வாக்குவாதத்திற்கான வாக்குவாதமென
மாறிமாறித் தொடரும் போரைச் சுகிக்கிறது
கண்ணீர்

அசுரவதஞ்செய்து தேவர்களைக் காத்த பெருந்தெய்வம்
சாராயத்துக்கு அருள்வாக்குச் சொன்ன சிறு தெய்வம்
அநேகாந்தவாதம் போதிக்கும் ஜைனம்
புத்தம் சரணம் கச்சாமி ஜெபிக்கும் பௌத்தமென
அனைத்து கடவுளர்களாலும் கைவிடப்படுகிறது
ஈர்ப்பு விசை எதுவுமற்று வெளியில் திரியும் மனது

உரிமைகோரப்படாத ஐந்துவாய் அலையும்
நம்பிக்கையிழந்த நொடிகளில்
எழுதத் தொடங்கினேன் குறுஞ்செய்திகளை
காற்றில்

நல்லதே நடக்குமெனச் சொர்க்கத்திலிருந்து
பதிலளித்துக்கொண்டிருக்கிறது
அப்பாவின் நேச ஆன்மா.
○

மழைக் கனம்

குமுறும் ஆழியின் காற்று
கொந்தளிப்பின் உச்சம்
ருத்ர ரௌத்ர தாண்டவம்

எரிமலைக் குழம்பென
நிரவித் ததும்பி வெடிக்கும் தீச்சொல்

துளித்துளியாய் விழுங்கி தீர்க்க முயன்றும்
நெற்றிக் கோபக் கதிர்களுக்கு
பொசுக்கவியலா ஆதங்கம்

இருளின் விழிப்பில்
விட்டுச் செல்கிறாய் மன்னிப்பை
அழுகுரல் மறைந்த
திசையை வெறித்திருக்கிறேன்
நெடுநேரம்

செய்யவியலாத் தவிப்பின்
குருதிச்சூட்டிலும் தங்கியிருக்கிறது
கரிக்கும் கண்ணீர்.
◯

I Love Myself The Most

கோடிட்டு நிரப்பாச் சொல் வேள்வியில்
பலியாகிறேன்

அகமாறிப் போக ஒரே வெக்கை
சில்லிட்டது தண்டுவடம்
கூதல் காற்றில் அக்னித்தகிப்பு

வெடிப்பின் நொடியில் விம்மித்தணிகின்ற
மூச்சுக் கேவல்களில் கேள்விகள்

வேள்வியாளரிடமே
விடைக்காண 360 டிகிரியில் சுற்றிச்சுற்றி வர
தேன்புட்டியில் வீழ்ந்த
ஈயாகிறேன்

சீய்ய்.. என நொடித்த மனம்
அந்நியனாய்க் காறியுமிழ்ந்ததில்
அத்தர் வாசனை
துகேலா நீர்வீழ்ச்சியாய்ப்
பெரு மகிழ்ச்சி

நீயே சொல்
உன்னில் என்னைக் காணும்
நாமாகிய நானிடம்
எப்படி
கோபம் கொள்ள..?
○

முத்தயிறகு

முன்னிரவு
புல்வெளியில் நீ விரும்பிய போதும்
தர இயலவில்லை

நேசத்தில் சிணுங்கிய குரல்
காற்றில் அனுங்கிற்று
குழந்தையாய்

மெல்லிய குரலின் அதிர்வு
மனதை நெகிழ்த்த

நடையின் திசைமாறாக் கணத்தில்
மெல்ல
இதழ்களேந்திக்கொள்கின்றன
தாலாட்டாய்
புற்களில் மலரவிட்ட மீப்பெரு
முத்தங்கள்.
O

இறையாய் நேசிப்பு

சொற்களுக்கு அவசியமில்லை என்கிறாய்
என்றைக்கெல்லாம் சொற்களால்
இரட்சிக்கின்றாயோ
அன்றைக்கெல்லாம் ஒரு நதியைப் போல
நீள் உறக்கத்தின் அமைதி கொண்ட இரவுகள்
வாய்க்கப்பெற்றதில் நன்றி சொல்கிறேன்
கடவுளுக்கு.
◯

கடவுள் கேட்கிறார்
"எப்பொழுதெல்லாம் என்னை மறந்து போவாய்?"
நேசித்தவரின் நினைவில் என்கிறேன்
"எப்பொழுதெல்லாம் நினைத்துக் கொள்வாய்?"
நேசித்தவர் நினைக்கையில்
என்கிறேன்.
◯

கடும் ஒற்றைத் தலைவலி இரவில்
உறக்கம் தழுவுவது போல
நினைக்கும் கணங்களிலெல்லாம்
இஷ்டப்படி கண்ணீர் சிந்துவது போல
நாவறண்ட பொழுதில் தாகம் தீர்க்கும்
முதல் நீர்த்துளியைப் பருகுவது போல
கடவுளின் கண்களைச் சந்திக்கும் பொழுதில்
உள்ளுக்குள் ஏதோ அசைவது போல
நேசிக்கிறேன்
அன்பே.
◯

காத்திருப்பு

எனது உலகம் மிகச் சிறியது
சுற்றி உயிர்வேலி
வேலியின் மீதில் அரிதாய்ப்
பூத்திருக்கின்ற முல்லையை
ஊதித்தள்ளியது
இடவலமாய் உரத்துச் சிரித்த
பெருங்காற்று
உயிர்ப்பில்லாப் பூ
மெல்லச் சொன்னது
விரைவில்
கார்காலமென.
O

நவீன கோதை

அமேசான் காடுகளுக்கிடையில்
இருக்கிறாள் ஏகாந்தத்தில்
அவள் கனவு முகைகளைப் பறிக்காதீர்கள்
அவள் பூக்கள் வாரிஜங்கள்
அவள் அனிச்சங்கள் அல்ல
தோட்டச் சொற்களுக்குத் தடை
அவை மொக்கவிழ்வதே பேரானந்தம்
நீள விரிவதும் குவிவதும் பேரழகு
இமைகளே கவசமாய் நிற்க
பரந்தாமன் வேண்டாம் தாழ் திறக்க
ஆப்பிள் வாட்சுக்கு தெரியும்
அவளது
ஸ்லீப்பிங் பேட்டன்.
◯

பிறவி

மனம் கிழியப் பேசும் சொற்களில்
செவிட்டூமையாய்
உடல்செல்களை உறையச்செய்யும்
குளிர் இரவில்
கிடைத்த கந்தல் போர்வையாய்க்
குருதிக்கசிவு பற்றிய எவ்வித
நினைவுகளுமற்று
மெல்லிய நேசத்தை மறக்கும் ஜீவனாய்க்
கழிந்து போன நொடிகளிலிருந்து
பெருகி வழிகின்ற விரத்தியின்
முடிவிலா அல்லாடுதலில்
தாங்கும் வலுவை இதயம் இழந்து
அறையப்படுகிறது
சிலுவையில்

யார் கவனிப்புமில்லை
இருப்பினும் பார்த்துப் பற

உதிர்ந்த இறகு பயில்கிறது
காற்றில் மிதக்க.
○

குட்டிக் குழந்தைக்கு...

உன் விளையாட்டிற்குப் பொம்மையாகினேன்
நீ அழுதால் கேவி அழுது
நீ சிரித்தால் குதூகலித்து
நீ கோபப்பட்டால் மௌனித்து
நீ பரிதவித்தால் தாயாகி
நீ கண்டித்தால் குழந்தையாகி
அவதரிக்கின்றன
எத்தனையெத்தனையோ பொம்மைகள்

ஆட்டத்தில்
குறுக்கிடும் கேள்விகளையும்
விளங்காத சந்தேகங்களையும்
எழுப்புகின்ற
பொம்மை மொழி மட்டும் அந்நியமாய்
உனக்கு எப்பொழுதும்

இருந்தாலென்ன
புரியும் வரை விளையாடு
மனதை வருடிப் பாடும் தாலாட்டில்
துயில் எழு

விழி வழியே மனது
உன் மகிழ்வைப் படம் பிடிக்க
என்னை எனக்குப் பிடிக்கிறது
உனக்குப் பிடித்த
பொம்மையாய் இருப்பதில்.
○

கற்றை நிறைவு

சத்தமிடாத சருகுகளின்
புன்னகை
வலை பின்னும்
சிலந்திச் சத்தம்
சித்திர சுவராய் நிற்கும்
திரைச்சீலை
உறங்காமல் அலையும்
மீனின் வட்டவிழி
யாமத்தில் மினுக்கும்
மின்மினியின் உலா
மாக்னோலியா மரம் உதிர்க்கின்ற
பூமழை

அத்தனையையும் இரசிக்கிறேன்
மௌன எல்லைக்குள் சிறைப்படாது

கவிதையாய் மெல்ல இதழ் விரித்து
படபடக்கிறது கருப்பத்தில்
வண்ணத்துப்பூச்சியொன்று
கற்றை நிறைவுடன்

நேச ஜீவனின் எனக்கான
ஒற்றைச் செயலில்.
○

ஆழ்கையில் இரை மீட்டும் ஆன்மா

விழித்திருக்கிறது
இரவு

சிலசமயம்
வேரறுக்கும் பெரு வெள்ளமாய்

சிலசமயம்
வேரூன்றி வெடித்தெழுந்து
கிளை விரிக்கும்
பரட்டையாய்

சிலசமயம்
அதிவேகமானதொரு புதைமணல்
மூழ்குதலாகவும் இருக்கிறது

மேலும்
இழை பிரியும் தூறலாய்ச்
சத்த யுத்தங்களால்
மீட்கையில்

நிலைகுலைந்து
ஆழ்கிறேன் முழுதுமாய் மூழ்கி

அக்கணங்களில்
ஆன்மா இரை மீட்டுகிறது
உனது குரலையும்
சேர்த்தழைத்துக்கொண்டு.
○

அதாகப்பட்டது

செதிள் செதிளாய்த்
தூரிகைக் கோலம்
தீம் தரி கிட தீம் தரி கிட
வேகயிறகு நாட்டியம்
கிறங்க வைக்கும்
வண்டிசைக் கீதம்
நெஞ்சிழைக்கும்
காட்டாற்றுக் குதூகலம்
உடல் தகித்து
உணர்வுகள் கிளர்வுறும்
மழை நனைத்த பசுஞ்சிரிப்பு
தழல் கனன்ற மனயிடுக்கில்

எல்லாவற்றையும் சாத்தியமாக்குகிறது
ஒரு ஜீவரகசியம்.
○

சரி தவறற்ற யாசிப்பு

யாசகியாய் இருப்பதில் அவ்வளவு
பிடித்தமில்லைதான்
பிரபஞ்ச வெளி தாண்டி நிரவியிருக்கும்
பெரு நேசப்பிழம்புகள்
அந்தரத்தில் ஊசலாடுகின்றன.
○
பிழம்புகள் வெடித்துத்
தெறிக்கும் தீக்கங்குகள்
சூரியனை எரிக்காமலிருக்க
இழுத்தணைத்துக்கொண்டு
மழைத்துளியொன்று உருண்டு திரள்கிறது
கண்டறியப்படாத மலைத்தொடரின்
உச்சந்தலையிலிருந்து இறங்கிப்
பெயரிடப்படாத மரங்களூடாகத் தவழ்ந்து
கரைபுரண்டு பாலம் மீதேறி
பாவைகளை உற்றறிந்து யாசிக்கின்றன
மௌன நேசிப்பில்.
○
மாலை மலர் விரிவது போல மெல்ல
கிரகிக்கிறாய் பார்வை யாசிப்பை
அந்தரங்க வெளியின் இரகசியங்களை
கடவுளுக்கு நிகராய் அறிந்தவன் நீ

நேச மூச்சில் வியாபித்துக் குருதிப்பூவில்
மணம் வீசுவதை அறிந்தும்
இன்னும்
யாசகியாய் வைத்திருப்பது
ஏனோ?
○

நேசத்திவலை

கருவிழியின் இமையிலிருந்து
சிதறி உருண்டோடி
நெடு இரவுகள்
அதன் போக்கில் பயணித்து
காடு மேடுகள் கடந்து
அலைகளுடன் அலையாடி
உலர்ந்து
உருமாறி விரிந்தும் பரந்தும்
வாயுவின் முதுகேறி
ஆகாயம் முழுவதும் ஏதிலியாய்
அலைகிறது
ஒரு துளி கண்ணீர்.
O

இறகான ஆன்மா

விழிகளில் மின்னல் தெறிக்கும்
இதயவொலி
எட்டுத்திக்கும் சிதறி முழங்கும்
சுவாசக்காற்று
தத்தி வந்த பேச்சுகளில்
முத்தமிட்ட மழையின் சாரல்
கோடைக்காட்டில் குறிஞ்சிப்பூ
தேடும் தவிப்பு
நாணலின் நடுவே
மலரொன்றின் கொஞ்சல்
அதரச் சுழிப்பில்
மென்னகையின் வருடல்
உச்சி வெயிலில்
சுனைநீர் ஊற்று
கைப்பூ மணம் பரவ
ஆன்மா இறகாகிறது
முன்பே அறிந்தவர்களென்றாலும்
முதல் குரலின் அழைப்பில்.
○

அன்பிற்கு அவளது நேசத்தின் முடிவிலாக் கடிதம்

1

அன்பே
எப்பொழுதும்
இரவு இவ்வளவு கொடூரம் மிக்கதாக இல்லை

நிலவொளியில் நிழல்கள் அசைவதும்
கூகை குழறுவதும்
பெயர் தெரியாப் பறவைகள்
அலறுவதும்
இருள் பிரியும் வரையில் நரகம் தான்.

2

இதனை எதிர்பார்க்கவில்லை
திருமாலிடம் முறையீடு இடையறாமல் இருந்தும்
அவனது இருப்பையும் மீறிக்
கொல்கிறாய் நினைவு ஆயுதத்தால்
நண்பகலின் நகர்தலில்.

3

பகலில் அலைந்து திரிந்த
பின்னரும்
இரவில் உறக்கம் பிடிப்பதேயில்லை
அமாவாசை யாமங்களில்
அறையின் மூலைகளில்
திக்பாலரைத் தரிசிக்கப்
பிரயத்தனப்படுகின்றன
விழித் துளிகள்.

4

நீண்ட நாளாயிற்று
யமனை நேரே பார்க்கப் பிராத்தித்து
நீள் விடுமுறையில்
நிரந்தர உறக்கத்தை யாசிப்பதென்பதும்
கடமைகளின் குவியல்களில்
சாத்தியமில்லாது போயிற்று.
○

உயிர்த்திருக்கும் புதைகுழி

எனக்கான புதைகுழியை வெட்டிக்கொண்டிருக்கையில்
வார்த்தைக்குள் அகப்படாத
உணர்வுகள் மேலெழும்ப விழிகளில்
நீர் அவிழ்கின்றன மேகத்திரளாய்
நினைவுகள்

புதைகுழியின் மீதில்
காற்றில்
உறைந்து போகின்றன
இறுதியாகப் பேசிய வார்த்தைகள்

காற்றும் மழையும் அவற்றைக் கொண்டு செல்லாது
கதிரும் மதியும் அருகில் நெருங்கா
இருந்தும்
துவண்டுவிடவில்லை

என்றோ ஒரு நாள்
சொல்லாத வார்த்தைகள்
சொல்லியும் நினைவில் இல்லாத வார்த்தைகள்
நினைவில் இருந்தும் மறதி வேடமிட்ட வார்த்தைகள்
மண்ணுள் புதைந்து
மண்ணிலிருந்து முளைத்தெழுந்து
விருட்சமாகி
இலையின் பச்சையத்திலிருந்து இடையறாது
எதிரொலிக்கும் அலையலையாய்

அவ்வார்த்தைகளில் இருக்கும்
நேசத்தின் உயிர்

அந்நாளில்
பூக்களாலும் பறவைகளாலும்
நிறையும் புதைகுழி.
○

மனக்கோள்

இரையை விழுங்கி
செரிக்கும் வரையில் காத்திருக்கும்
நேச டைனசோரின் குரூரத்தில்
மிரள மிரள விழித்தபடி
பயந்தொடுங்கிய மிருகமாய்
அடங்கிக் கிடக்கிறது மனம்
குருதி நாடிகள் உறைந்து போய்
கால்களின் கீழே
பூமி பிளந்து விழுங்குவதான உணர்வு
மனம் போன திசையில்
விழி ஏங்கித் தேடுகிறது
கூடியிருந்த மகிழ்வு நொடிகளைக்
கண்டெடுக்க அன்பின் தளிர்கள்
கிளை விரித்துத் துளிர் விடுகின்றன
அவை எங்கிருந்து துவங்குகின்றன என்பதை
இன்னும் கண்டுபிடிக்கவில்லை
இந்நொடி இவ்விடம்
விவாதங்கள் தர்க்கங்கள் எதுவும் வேண்டாம்
உறவின் அழைப்பைக் கண்களில் வாசிக்கவும்
குரலின் அதிர்வை விரல் நுனிகளில் உணரவும்
நட்சத்திரங்களோடு சேர்ந்து
இதயமும் துடித்துக்கொண்டிருக்கிறது
இன்றிரவு
விருப்புக்கும் வெறுப்புக்கும் இடையில்
இரை மீட்டுக் கிடக்கிறது
வானளவு மௌனம்.
○

பிடி சாபம்

உயிர் வளியின் நிழலுக்கு
எரியூட்டுகிறாய்
ஆத்மத் துடிப்பிற்குக் கொள்ளி
வைக்கிறாய்
நான் 'ததாஸ்து' சொல்லும்
தேவதையானால்
அகக்கண்ணாடி அணிந்த
கொலையாளியே நில்
இந்தா.. பிடி சாபம்..
'அடுத்த பிறப்பில்
நீ நானாகப் பிறக்க கடவது!'.
◯

தீயில் உயிர்க்கும் நிழல்

பெருந்தீக் கோளமாய்
கிழக்கில் உதிக்கும் சூரியனுக்கு இணையாய்
ஆயிரம் தீ நாக்குகளாக நெருப்பின்
வர்ணம் பூசிப் பற்றி எரிகின்றன
பிரிச் மர இலைகள்

தீக்கங்குகளின் வனப்பு மிக்க பரவசத்தில்
தலைகிறங்கித் தொலைகிறது காலம்

காலத்தின் பனிச்சுடருக்குள்
இலைகள் உதிர்கின்றன

உதிரும் இலைகளில்
எதிர்காலம் இருக்கிறதென்றும்
அதில்
புதிய இலகரியை மீட்டு
என்கிறாய்
உண்மைதான் அன்பே
உதிரும் இலை அழகுதான்
ஆனால்
எல்லா உத்திகளையும் பிரயோகித்து
இனி உயிர்க்கும் தளிர்களில்
தனது தீரா நேசத்தை
ஆன்மாவின் நிழலாய் எழுதும்
நமது உறவு
பல யுகங்களின் தடங்களைக் கடந்தும்

என் திசைகளின் ஒரு கரையாய்
நீயிருப்பதினால்.
௦

வேண்டுவது எது?

கேள்வியில் பிறப்பெடுத்த இது
திடீரென்று பிரிந்து செல்கிறது என்னைவிட்டு
வீட்டின் வெளிப்புறம் ஓங்கி வளர்ந்திருக்கும்
ஹெம்லாக் மரப் புதருக்குள்
ஒளிந்திருந்து குருதியில் நனைகிறது
செயின்ட் கிளேர் ஏரியில் பின் தொடர்கிறது
காலடிச் சுவடுகளை
என்றோ அழைத்த புலனக்குரலில்
மௌனிக்கிறது ஈரக் கண்களுடன்
அறையில் விழித்திருக்கும் படங்களின்
கண்களில் உருகுகிறது நின்று
இறுதியில் கைலாசநாதர் கோயிலில்
காத்திருக்கிறது கல் சில்பமென
பார்க்கும் பொருளெல்லாம் உந்தன் நிழல்
அது நிஜமாய் உயிர்பெற்று
பேசாதேயென்று தவிக்கிறது
புறக்கணிப்பையே தொழிலாக ஏற்றுவிட்ட
வாழ்க்கைப் பொழுதுகளின்
காயம்பட்ட இந்நேரங்களிலும்
இரண வலி பிடிக்காத முனைப்புகளில்
உன்னையே பாடுபொருளாக்கிக் கொள்கிறது
இந்தப் பாழுங்கவிதை
மீண்டும்.

○

மௌனம் சுகம்

நம்மிடையே ஆதிப் பெரு விலங்கொன்றின்
தடம் போல ஏப்பம் விட்டுப் படுத்திருக்கும்
மௌனத்தால் காற்றும் முடங்கிவிட
கடலும் ஒரு துளியுமின்றி வற்றிவிட்டது

மௌனக்கொல்லியில்
கொப்புளிக்கும் குருதி பிரவாகத்தில்
எரியும் உயிர்த்தீக்கு

குருட்டுப் பாசமுள்ள அசட்டுக் குணத்துக்கும்
முரட்டுக் குணமுள்ள குருட்டு மனதுக்கும்
நன்றி

நேசமும் அன்பும் நியாயமும் நுழைய முடியாமல்
பருத்த ஜீன்ஸ் ஆடைகளுக்குள்ளும்
தடித்த முதலைத் தோலுக்குள்ளும்
இருண்டு கிடக்கின்ற இருதயத்தின் அறைக்குள்
எங்கேனும் ஒரு மூலைக்கு
எரியும் என் உயிர்த்தீ
ஒரு சிறு வெளிச்சம் தரட்டும்

அந்த வெளிச்சத்திலிருந்து நேசம் விளைந்து
சொல்லம்புகளால் தீண்டப்படாத
மௌன கறை படியாத
ஒரு பாடல் பிறக்கும்

அதுவரை
மௌனம் சுகம்.
◯

சிலுவைப் புனையும் மாய நினைவுகள்

பௌர்ணமி நிலவிலும் இருளில் கிடக்கின்ற
அறைச் சுவர்களில் சுற்றி வரும்
இறுக மூடப்பட்டிருக்கும் கதவின் மீது
மூர்க்கமாக மோதும்
சன்னலோரம் சூனியத்தை வெறித்திருக்கும்
பெருவளியில் விழிவைத்து யாசிக்கும்
தீர்ந்து போன மதுப்போத்தல்களைப் போல
வெறுமையில் உழலும்
குருதியில் நனைந்து அவலக் குரலில் தேடும்
களைப்புள்ள வேளையிலும்
தலைசாய்த்துத் தூங்காமல்
விம்மி வெடித்து அழும்
பெருங்கடலென விரிந்தும் கிடக்கும்
கடலைகளுக்கு மேலே அலையும்
கற்றுத் தேர்ந்த ஓவியனாய்க் காலத்தை
அள்ளியிறைத்து வரையும்
எனக்கான சிலுவையைத் தானே
புனையவும் கூடும்
மாய நினைவுகள்.
○

பிரியா பாஸ்கரன்

உயிர்ப்பைக் கொல்லும் தாழ்

நள்ளிரவைத் தாண்டியும் நீள்கிறது கேவலின் கூவல்
தொண்டையைப் பிடுங்கி எறி
உயிரைத் திருகும் வலிகளை
ஒவ்வொன்றாய் நறுக்கு
அடியைக் கோடாரி கொண்டு தறி
வேரிலிருந்து கிளர்ந்தெழக்கூடும்
தோண்டி ஆழப் புதை
இறந்த பின்னருங்கூட இருப்பை உணர்த்தப்
புதை குழிகளின் மேல் புற்களாய் மலரக்கூடும்
அமிலத்தை ஊற்று; கருகும்
காற்றுகூட உறங்கிப் போகும்
முகில்கள் கூட ஒதுங்கிப் போகும்
உறக்கம் விழிகளில் படியாமல்
இரவும் பகலும் முறியும்
கோப்பையின் குறுகிய வடிவத்திலும்
ஏரியின் பிரம்மாண்ட வடிவத்திலும்
எங்குமெதிலும் தன்னை
இலகுவாகப் பொருத்திக்கொள்ளும்
தண்ணீரைக்
கடுங்கோடையின்
சிடுசிடுப்பைப் போலவும்
கடற்கரை மணலைத் தட்டி விடுகின்ற
அலட்சியத்துடனும்
முகத்திலறைகின்ற உக்கிர மௌனத்தின்
அதீதச் சூடாகவும்
எதிலும் ஒட்டாமலும் நனையாமலும் உறிஞ்சாமலும்
புறக்கணிக்கும் முளரி இலை.
○

நேசச்சிமிட்டல்

விடுப்பின்றி உழைக்கும் தெய்வங்களாய்க்
கொட்டுகின்றன சொற்கள்

பிச்சிப்பூவும்
செம்மண்ணுடன் செவ்வரளியும்
ஆவாரையும் மணக்கிறது
கதம்பமாய்

பனித்துளிப் போர்த்திய
பச்சையமாய்த் துளிர்க்கின்றன
பெரு நேசங்கள்

கட்டைவிரல் நகக் கண்ணுள்
செம்மை பூக்க
அண்ணாந்து பார்க்கிறேன்
கனவோயென

இரவில்
கிழக்கிலிருந்து தூதுவந்த
நட்சத்திரம்
இல்லையெனக் கண்சிமிட்டிச் சிரிக்கிறது
அலரியின் மேற்கில்.
○

பறவையின் அந்திமம்

நெடுநீள இரவுக்குப்பின் புலர்ந்த காலையை
ஒரு கோப்பைத் தேநீரைப் போல
உணரும் முன்
தலையை நீட்டி எட்டிப்பார்க்கும் கேள்விகளுக்கான
பதிலை எதிர்பார்த்திருக்கையில்
இப்பொழுதிவர்களின்
துப்பாக்கித் தோட்டாக்களாய்ச்
சொற்கள் துளைத்திடக் கூடும்
குருதியில் கோலோச்சி உயிர் பிடுங்கி
வெறிகொண்டு சதிராடும்
காலடிக்கீழ்த் தள்ளி
நசியுண்டு கதறுவதை இரசிக்கக்கூடும்
கால வீதியில்
ஆகாயத்திற்கும் பூமிக்குமிடையில்
எங்கோ ஒரு புள்ளியில்
நிலைத்திருக்கும் விழியின் குழிக்குள்
இரத்தச் சிவப்பு பிளந்து கிடந்து
இறப்பதைக் கொண்டாடவும் கூடும்
இருப்பினும்
பறவை என்றுமே நிறுத்தி வைப்பதில்லை
எவருக்காகவும் தன் பறத்தலை.
○

நிதர்சனம்

பறவையின் சிறகென மிருதுவாய் நுழைகிறது
உனது நிழலிலான இரவு

மழையின் மென்கிறங்கலென மயக்கும் சொற்களில்
கெண்டையாய்த் துள்ளும் மனது
சர்ப்பமெனத் தீண்டும் சொற்களிலும்
லார்ச் மர ஊசிகளெனக் குத்தும் சொற்களிலும்
துடிக்கிறது கடற்காகத்திற்கு இரையாகும்
மீன் குஞ்சாய்

காற்றில் மிதக்கும் காதுகளுக்கு அஞ்சி உன்னிடம்
சண்டையிட்டும் அழுதும் அடம்பிடித்தும் சிரித்தும்
கதைக்கிறேன் மௌனத்தில்

எனினும்
வழிமாறித் திசைமாறி திடீரென
இணையாக விரியும் ரயில் பாதையாய்
இணைந்தே நடக்கிறோம்
புலரியில் எழும் அந்திச் சூரியனைப் போல.
○

நீள் இரவு

வியர்வை சிந்தும் கோடை இரவு
ஹார்டி மம்ஸ்கள் மலரும்
யாமம்

அறிவு தீபம் ஏற்றி மெழுகாய் இருதயத்தை
உருக்கினாய்; உருகினேன்
எரித்தாய்; கருகினேன் மெல்ல
இரவும் பகலாகிடத்
துயிலாது விழித்தேன்

எவ்விதக் கனவும் கண்ணீரும் தடுக்காத
காத்திர விழிகளுடன் நெடுந்தொலைவு
விலகிச் செல்கிறாய்

இனித் தேசத் தெருக்களின்
முச்சந்திகளில்
சந்திப்போமா தெரியாது

சந்திப் பிரித்து அடி எழுதத் தவிக்கும்
கணத்தில்
பொருளுரைப்பதும் நிச்சயமற்றது

அறிவும் நேசமும் ஒருங்கே மினுங்கும்
உன் கண்களையும் இன்னொரு முறை
காணுதல் அரிது

நிலையில்லா
கணக்கற்ற விஷயங்களைப் போல
மையம் சிதைந்த
தேனீக்களின் கூட்டங்களைப் போல
கலிபோர்னியா காட்டுத் தீயைப் போல
அலாஸ்கா பனிச்சரிவுகளைப் போல
கோடையில் உலர்ந்த
பெரும் பைஞ்சுதை தெருவில்
கானல் நீர்க் காற்றில்
உலையும் பிரிச் மகரந்தத்தின்
வாழ்க்கையைப் போல
இதுவும் நிச்சயமற்றுப் போயிற்று
'சொல்வதற்கு ஒன்றுமில்லை'
என நீ சொன்னதில்

நாளைய விடியலைப் புதிதாய்ச் சந்திக்க
மனதுக்குச் சுமைகள் கூடாதென
அழுகிறேன் நன்றாக

புலரும் பொழுதினில் மூர்க்கமாய் முளைக்கிறது
மீள மீள
'சொல்வதற்கு ஒவ்வொன்றாய்'
உன்னிடம்.
○

செம்மதுவில் மூழ்கும் மழை

வெயில் உமிழ்ந்த முன் இரவில்
நனைக்கிறது மழை

நுனி நாவால் இமை படபடக்க இதழ் கடையில்
என்னுயிர் மீட்டுகிறது
கூர் தீட்டிய வார்த்தைகளை தூர விட்டு வந்து

எங்கோ புதைந்திருந்த
கறுப்பின் வர்ணங்கள் கிளர்ந்தன
இருளின் வெளியில்

அதிலொரு சொட்டுச் சிவப்பு மேலெழுந்து சிதற
வைனாய் நிறைகிறது மதுக் கோப்பையில்
மின்னலெனச் சுழலும் நடனத்தில்
இடை அணைத்து ஆடுகிறது மழை
மதுக்கிண்ணத்துள் மூழ்கி
தெரியாதிருந்த மேதினிக்குள்
திடீரென வீழ்ந்தேன்

மூடிய கண்களுக்குள் துளிர்க்கும் கரிப்பில்
நேசத்தின் ஈரம்

ஆழிப் பேரலையாய்ப் பெருகும் வெள்ளத்தில்
இறுகத் தழுவுகிறது

அந்நொடியில் விழி ஆழத்தில் மாய அழகென
உயிருடன் உறைகிறது பெருங்காதல்.
○

மறதி

எனது எல்லா
நனவு நொடிகளிலும்
நீயிருக்க
உனது ஒரே
மறதியாகிப் போகிறேன்
நான்.
〇

ஆழ்கையில் எரியும் உயிர்த்தீ

பனிபடர் காலையில்
சிற்றெறும்பின் நிரையாய்
மனக்குழப்பங்கள்

உச்சிமுகர்ந்து முத்தமிடவோ
தோளில் தலைசாய்த்துக் கொள்ளவோ
இறுக விரல்களைப் பற்றித்
தைரியமூட்டவோ
சாத்தியம் ஏதுமில்லா உனது
மெய்நிகர் அழைப்பில்
மௌன வார்த்தையில்
இதழ் பிரியா மென்சிரிப்பில்

திடீரென உரசிக்கொண்டு போகும்
மெல்லிய காற்றாய் என் மீது படிந்துள்ள
துயரத்திரையை விலக்கிவிட்டு
நீண்டு செல்கிற மெய்நிகர் வழியில்
சென்று மறைகிறாய்
மெல்ல எனது நினைவிலிருந்து
அழிந்து போகிறேன்
நான்

அந்நொடிப்பொழுதில்
இருதயம் வெளியில் எறியும்
ஒவ்வொரு நேசப்பெருமூச்சிலும்
பற்றி எரிகிறது
உயிர்த்தீ.
○

மரணப் பேழையில் உயிர்த்திருக்கும் புன்னகை

உரத்த குரலில்
முகத்தில் அறையும் சொற்களானாலும்
மௌனத்தின் அறுவடையில்
விளையும் சொற்களானாலும்
சிப்பாயின் விறைப்பாய்த் துளைக்கும்
எந்திர சொற்களானாலும்
ஆழியைப் போலொரு
பேரிரைச்சலுடன் ஆரம்பமாகும் சொற்களானாலும்
அளவளவாய் அறுத்து அள்ளி வீசும்
கத்திச் சொற்களானாலும்
மீளக் குவியும் இருதயச் சுமையை
மூளையின் கதவிற்கு அப்பால் எறிந்துவிட்டு
மரணப் பேழையில் இருந்தாலும்
துயில் கலையா உறங்கும்
எனது
அதரங்களில் உயிர்த்திருக்கும்
உனக்கான நேசப்புன்னகை.

O

காலதேவன் வாக்கு

கோடைத் தூறல்
பகல் தன் வெப்ப நாவை
சுருட்டி வைக்கிறது இரவில்

நீண்டுயர்ந்த ஹார்டி மம்ஸ்கள்
சின்ன சின்ன பெட்டூனியா பூக்கள்
மௌன உறைதலில்

இளஞ்சிவப்பு இலைகளைக்
கரங்களாக்கி
மழைத்துளிகள் ஏந்திய ஓவியப்பாவையாய்
மேப்பிள் மரம்

ஒளிரும் நிலவு

ராபின் குருவி
மூங்கையானது திடீரென

கூடாரமடித்துக் குந்தியிருக்கும்
காலதேவனின் இருப்பில்
காற்றையும் தீயையும்
பெருங்குவடுகளையும் கடல்களையும்
கண்டங்களையும் பொழுதுகளையும்
மொழிகளையும் சைகைகளையும்
கிடக்கையும் பேரண்டத்தையும்
தாண்டி

நேசம் வைத்த உயிர்களுக்கு ஈடாக
எனதுயிரை
லட்சங்களாகக் கூறுப்போட்டு
எடுத்துக்கொள் எனப்
பாசக்கயிற்றின் நுனிபற்றி
பேரன்பின் யோக நிலையில்
யாசிக்கிறேன்
ஆன்மாவைத் திருவோடாய் ஏந்தி

அன்பின் ஆழத்தில் புகவியலாது
அவிந்து போன கொள்ளிக் கண்களுடன்
கல் புகுகிறான் காலதேவன்
திருப்பைஞ்ஞீலி கருவறைக்குள்

மீண்டும்
ஆறு தசாப்தங்கள் கழித்து வருகிறேன்
என வாக்களித்து.
○

உயிர்த்தீ

காலை குதூகலக் கூச்சலில்
விழித்ததென் உறக்கம்

ஒய்யாரக் கொண்டையில்
வங்கக் கடலில் முக்குளித்த சிவப்பு

சிங்காரத் தோகையில் முத்துக் கோவை

கண்ணுக்குள்
வெட்டி மின்னுகின்ற மின்னல் கீற்று

இப்பொழுதில் தத்தித் தாவி நடை பயில
உருகி வழிகிறது யௌவனம்

குரலொலியில் குறுந்தொகை பா ஒன்றின்
நெடிய ஆலாபனை
விழிவழிப் பெருக ஆழ்கிறேன்
இலகரியில்

பெரு நினைவு மூச்சு முட்ட எழ
என்னைக்
காண்கிறேன் ”நானாக” அதனில்

பூஞ்சை படர்
நினைவழியா நாட்கள் மீள

உயிர்த்தீயின் நினைவை உழுகிறது
சிறிய குருவி.
○

அணுக்கத்தை இழந்த நொடிகள்

வான் முகட்டில் அலைகிற திவலைகளாய்
உனது அணுக்கத்தை இழந்த நொடிகள்

கவிஞராக இருப்பதன் அர்த்தத்தை
இழந்த உணர்வில் பணி நிறுத்தம் செய்பவனாக
எழுத மறுக்கிறது தூவல்

நடுக்கடலில் அலைகிறேன்
திசையறியாப் புள்ளாய்

திசைகாட்டியை இழந்த மாலுமிக்குக்
கலங்கரை விளக்கமாய் உனதழைப்பு

"Cat got my tongue"கென
அமைதியாயிருக்கப்
பட்டெனத் துண்டிக்கப்படும் மின்சாரமாய்
உயிர்விடுகிறதுன் அழைப்பு
காலமும் நேரமும் வளியும் மழையும்
இல்லாத வெளியில் உறைகின்றன விழிகள்

மனதின் மெல்லிய நரம்பை
மீட்டெடுக்கும் அதிர்ச்சியாய்
மீண்டும் உரத்தழைக்கிறதுன் பேச்சொலி

வாழும் இக்கணத்தை இரசித்துச் சுகிக்கிறேன்
உனது அதரப் போதுகளின் பெருநகையில்
நீந்தும் மீன் குஞ்சாய்.
○

பிரியா பாஸ்கரன்

மனக்குடிலின் குருவிக் கூடு

ஏழு கடல்கள்
ஆறு கண்டங்கள் கடந்து
மனக்குடிலில் இடம் பிடித்திருக்கிறது
உறவுக்கூடு அமைத்த தூக்கணாங்குருவியொன்று

உயிர்ப்பை வேருள் பதுக்கி
விழுதூன்றி நிற்கும் ஆலமரமாய்
அன்பு நிறை குறியீடு

ஒரு கூடு முடைய எத்தனை
தவம் செய்திருப்பேன் போதி மரமற்ற புத்தனாய்

உறைதலும் உலர்தலும் அற்ற
உருகல் நிலையில் மனது

புல்லிதழ் தேடி பொச்சம் தேடிப்
பறந்துவிட்ட குருவியின் சூட்சுமத்தை
அறியா அறிவிலியாய்க்
காற்றில் கூடசையும் பொழுதெல்லாம்
ஒப்பாரியில் அதிர்கிறேன் இழைவிடுபடுமோவென
இன்று இந்த அந்நிய தேசக் குடிலில்
எஞ்சியிருக்கிறது கூடு மட்டுமே

அலைகிறோம் பிரபஞ்ச வெளியெங்கும்
சண்டமாருதமாய்க்
கூடுவிட்டுச் சென்ற குருவியைத் தேடி
எனதன்பும் நானும்.
○

ஆழ்கையில் எதிர்கொள்ளும் கவிதை

நிலம் தொடு பறவையின் சிறகு போல
மிருதுவாய்ப் படிகிறது என்னில் உன் குரல்
மெல்லென மனந்தழுவி
துயர் ஒற்றிப் போகின்ற தென்றலாய்ச்
சிறுநகை பூத்துத் தேற்றுகிறது
தலையசைத்து

நீர் குடிக்கத் தவிக்கின்ற படகின்
கையறுநிலையாய் மனம் தத்தளிக்கையில்
கரை சேர்க்கும் துடுப்பாகிறது

நிலைகுலைந்து ஆழ்கையில்
மீண்டெழுகிறேன் காலைச் சூரியனாய்

உயிர்த்திருக்கிறேன் மீளவும் மீளவும்
துளிப் பொழுது
கவிதையாய் ஒலிக்கின்ற
உனது பேரன்பு முரட்டுக் குரலில்

அமிழ்ந்து
எதிரொலிக்கும் உனது நினைவையும்
சேர்ந்தழைத்துச் செல்கிறேன்
பேருறக்கத்திற்கு
முழுதுமாய் மூழ்கி உறையுமுன்.
◯

பிரியா பாஸ்கரன்

கண்ணீர்த்துளி காடான கதை

நெடு இரவு கழிந்து
இன்னொரு விடியலில்
குற்றம் கண்டு பிடித்துக் கெட்டியாய்
தொங்கிக் கொண்டிராதே என்றபடி
ஊடலை உமிழ்ந்தாய்
ஒரு மாறுதலுக்காக வடிவற்ற
கண்ணீர்த் துளியானேன்
குளிர் நாளொன்றில் உறைந்து
கெட்டிப் பனியானேன்
வசந்தகால துவக்கத்தில்
வீசிய காற்றில் இளக ஆரம்பித்தேன்
கோடைச் சூரியனின் கதகதப்பில்
மெய்யுருகி வழிந்தேன் செம்புல நீராய் மண்ணில்
அசுரப் பாய்ச்சலுடன்
கட்டாற்று வெள்ளமாய் வனத்தில் ஓட
நீ அல்லல்படுவதை அறிந்தே
உன்பொருட்டு காடுகளில் நுழைந்தேன்
பெருமரக்கொம்புகளில் விரிந்தேன்
இலைகளினூடே படர்ந்தேன்
இப்போது பொசுக்கும்
உன் காதல் தீ ஆறாக ஓட
உடல்வெளி முழுக்க உனக்கேயான
எனது
பேரன்பின் நெடியுடன்
மேலெழும்புகிற புகையுடன்
பற்றியெரிகிறதென் காடு
புதிய புலரிக்காக.
○

அன்பென்பது யாதெனில்..

புழுக்கள் அரித்து ஏப்பம் விட்ட
நிலத்தின் இராச்சியத்தில் நீ

நேற்று நேசக்கரம் நீட்டிய நீ
துஷ்டனென்று விலகி நிற்கிறாய் இன்று

வேதாளச் சுமையும் என்னுள் கிளர்ந்த
கேள்விச் சுமையும் கனக்கச் சூழ்கிறது வெறுமை

நீ நீயாக இருக்க விடாமல்
வண்டு குடையலாம் இல்லை உனது
அந்நிய அகவெளி இருத்தி வைக்கலாம்

அட்சயப் பாத்திரமாய் பெருகுகிறது
உன் மீதான பெரு நேசப்பிரியம்

அன்பென்பது ஒருவழிப்பாதையாயிருக்கக் கூடாதெனச்
சட்டக் கடன்களின் பொதியிலும் கூட இல்லை

ஒவ்வொரு விசித்திர மனத்திலும்
அவரவர் எடைக்கேற்ப அவரவர் அளவுகோல்
நான் வெறும் எடைக்கல்

நேற்றும் இன்றும்
நான் நானாகவே இருப்பதாய் உணர்கிறேன்
நாளையுங் கூட நானாகவே
இருப்பேன் என்பதை அவதானி.
O

பிரியா பாஸ்கரன்

காத்திருப்பின் இருள்வெளிப் பயணம்

உதாசினப்படுத்தப்பட்ட
ஓர் இராப்பிச்சையின் பசியாய்த்
தொண்டைக்குழியில் தேங்கியிருக்கிறது
உக்கிரமான அழுகையின்
ஒரு கேவல்.
◯

நீ புறக்கணிக்கின்ற பொழுதில்
எனது குரலையும் மழை அழித்துச் செல்கிறது
உனக்கு உலர்ந்த நெஞ்சு எனக்கு ஈர விழிகள்.
◯

தனிமை வேண்டி
சுடுசொற்களில் தீயிட்டுக் கொளுத்துகிறாய் எனதன்பை
குளிர்வித்துப் போன மழை நனைக்கின்றது
அதிர்கிற இடவலக் கண்களை.
◯

நீ பேசாதபொழுது
கெடுதி செதுக்கிய வடுக்கள்
கண்ணீரின் பாதையாய் நீள்கின்றன
இப்பொழுதைய வேண்டுதல்
மழை மட்டும் ஓயாதோ..?
◯

இம்மியளவும் பிசகாக் கர்வம்
ஆன்ம இலயிப்பில் நீண்ட முயக்கம்
என்னுள் உனது குரல்
உன்னுள் நளினமாய் நான்
குளமாய் நிறைந்து உடைத்துப் பாயும்
விழி நீர்ப் பெருக்கில்
மூழ்கிக் கரையா உனது பாறை மனம்.
◯

சொல்லாத சொற்கள்

நிக்கோடின் கறைபடிந்த உதடுகளில்
பொசுங்கியிருக்கலாம்

ஆழ் மௌனத்தில்
பூண்டிருக்கலாம் நித்திரை

ஆம்டிராக் சிந்தனையில் பிளாட்பாரத்தில்
விட்டுச் சென்றிருக்கலாம்

கனச்சங்கிலியில்
தாழிட்டிருக்கலாம் இறுகப்பூட்டி

எச்சரிக்கை விடுத்துப்
பயமுறுத்தியுமிருக்கலாம்

தொண்டைக்குழியில் வழுவழுப்பாய்
உள்ளிறங்கியிருக்கலாம்
சிக்கித்தவிக்கலாம் மூச்சுக் குழாயில்
தவறவிட்டிருக்கலாம் அந்நியர் இடையூறில்
கவனமாய் மறந்துமிருக்கலாம்
சொல்ல அவசியமில்லை
யாமத்து இருளில் ஒளிர்கிறது
மௌனச்சொற்களின்
நிர்வாண அழகு.
○

மௌனம் உடைத்திடு

மௌனப் பூட்டில்
இறுகி மூடப்பட்ட கரும்பொன் கதவாய்
உனது மனம்
நீள்கின்றன யாமப் பொழுதுகள்
படிகம் போன்ற விழிகளில்
எதிரொலிப்பது என்னவென்று தெரியாமல்
குழம்புகிறது உயிர்
முற்றுப் பெற்ற சமுத்திர அளவு
உரையாடல்களில்
வட்டில் கேட்பாரற்றுக் கிடக்கும்
சோற்றுப் பருக்கைகளில்
மலைவீழ் நீராய் வழிந்த கண்ணீர்த் துளிகளில்
நனைத்திருக்கும் தலையணையில்
அறையில் சிந்தியிருக்கும்
கர்வப் புன்னகை அணிந்த ஒளிப்படங்களில்
புகை கசியாத துப்பாக்கியின் குறிவைத்த
தோட்டாக்களில்
திறந்திருக்கின்ற போதையேறா மதுப்போத்தல்களில்
எழுதப்படாத கவிதை லிபிகளில் உறையும் ஆன்மாவில்
நின்று பம்பரமாய்ச் சுழல்கின்றன நினைவுகள்
முடிவற்ற தேடலின் முனைப்பில்
காற்றிலும் ஐம்புலன்களிலும் இருதயத்திலும்
எனது அண்டசராசரத்திலும்
துறுகலாய்க் கனக்கின்றன கெடுதிகள்

அவற்றை உருகுநிலைக்கு வைத்திட
தினையளவிலாவது மௌனம் உடைத்திடு.
○

அல்லாடுதல்களின் சலித்தல்

உறக்கமிழந்து தனித்திருக்கும்
எனக்குத் துணையாக அப்பிக்கிடக்கிறது இருள்
அடைபட்டிருக்கிறேன்
திறந்தவெளி சிறைக்கூடத்தில்

சிறை வாழ் சூத்திரங்கள் அறிந்திடாத மனது
ஜெட் வேகத்தில் பயணிக்கிறது
உலகின் மறு முனை வரை

மனதைப் பிசையும்
முடிவு தெரிந்த குறு நாவலொன்றை
எத்தனை தடவைதான் மீளமீள வாசிப்பது

விழிகள் தொடுக்கும் கண்ணீர்ச் சரங்களின்
நனைதலில் நானிருக்க
கிஞ்சித்தும் கவலையின்றி
செவி வழி உரையாடல்களின் உயிர்ப்பையும்
புலம் பெயர்ந்த மனதின் அல்லாடுதல்களையும்
புரிந்து கொள்ளாமல் அலைபேசி அழைப்புகளுக்கு
மௌனம் இசைத்துக்கொண்டிருக்கிறது
உறவொன்று

நெடுநேரம் விழிப்பு
அனல் கொட்டுகிறது அகவெளியெங்கும்

இப்பொழுதெனக்கு மழை
வேண்டும்.
○

யாம நுகர் யட்சி

இரை விழுங்கிய மலைப்பாம்பென
அசைவற்றுப் படுத்திருக்கிறது
கூதல் இரவு

முதல் மனிதனின்
கபடில்லாக் கண்ணீரோடும்
களங்கப்படாத காற்றோடும்
அண்டப் பரவெளியிலும்
ஆதியிலிருந்தே இருந்தது
அந்தச் சொல்

காலத்தின் நீட்சியில் அந்தச் சொல்
என்னை வந்தடைந்தபொழுதில்
மாறிவிட்டிருந்தன
நம் அடையாளங்கள்

அதைத் தக்க வைத்துக்கொள்ள
எத்தனிக்கையில்
கணப்பின் புகைபோக்கியில்
ஒரு தம்பலப்பூச்சியின் நிறத்தில்
முகம் வெட்டிச் சினத்துடன் செல்கிறது
தடம் பிரிந்து

நெடுநீள மௌனத்திலும்
அசலமாய் இருக்கின்ற
பெருகுவடுகளும் சிலிர்க்கும்

இடையறாத வெய்துறுதல்களிலும்
உணர்ச்சிக் குவியல்களில்
தேங்கிக் கிடக்கின்ற
கழிமுக விழிநீரிலும் மட்டுமே
சிக்குண்டு வியாபித்திருந்த
கொடுந்துயர்
முழுதும் பெருகுகிறது
அறைச் சுவர்களின் இண்டு இடுக்குகளில்

பொழுதினைச் சுருக்கும்
மின்மினிகள் கூட இன்றில்லை

சன்னலோரம்
கண்ணுறங்காதிருக்கும் சிறு காற்று
தேநீர் பருகியபடி

ஐவகை நிலங்களுக்கப்பால்
புலரும் மருங்கில்
சேர்த்துவிடுகிறது அச்சொல்லை
உன்னிடத்தில்

மனம் சற்றுத் துளிர்க்கிறது
மெல்லக்கனிந்து
சிறுபுள் தூவி இறகென இறங்குகிறது
வெண் பனி.
○

உறைபனியில் பெருங்கோட்டுச் சித்திரம்

பனி சூழ் ஒளி மரித்த இரவு
இருளின் கரையில் கவிழ்ந்த கப்பலாய்
உறைந்திருக்கின்றன
எனது சொற்களும்
கேள்விகளும்

அலையுடைத்துக் கரைகடந்து
சீடர் மரக் காடுகளின் ஊடாக தவழ்ந்து
மேற்பாலங்களில் ஏறி உன்னிடம் வரும்

பம்பரமாய்ச் சுழலும் நொடிகளில்
நீ தனித்து நிற்கின்ற
வெறுமையின் கணத்தில்
புல்லாங்குழல் இசைக்கும்

துயிலைத் தொலைக்கும் இரவில்
கோப்பை மதுவை
சொற்களின் மீதும்
கேள்விகளின் மீதும் ஊற்று

அப்பொழுது
ஈரக் காற்றில் எரியும் மூச்சும்
மௌன ஆழத்தில் பதுங்கிக் கிடக்கிற
பெருங்காதலும்
நம் நேசச்சுவடின்
பெருங்கோட்டு உறைபனிச் சிற்பமாய்
உருமாறும்.
○

இமையில் பூத்த உப்பு ட்யூலிப்

காற்றில் மெல்ல எழுகிறது
வெப்பம்

உலோபியாய் வேனல் கிழவி
கொப்பளித்த தூறலில்
தோட்டமெங்கும் ட்யூலிப் மொட்டுகள்

சொட்டும் ஈரத்தின் நனைதலில்
இளஞ் சிவப்பிலும் வெளிர் ஆரஞ்சிலும்
வெட்கச் சிரிப்பில்
பசலை நீங்கிய பொலிவுடன்
கொத்துக் கொத்தாய்ப்
பூக்கள்

வறண்டு கிடந்த தோட்ட வெளியெங்கும்
மலர்ந்த மொட்டென
வேனிற்காலத்தின் சினத்தை
விழுங்கி நகைக்கிறது
கண்ணோர நீர்த் தடத்தில்
பூத்திருக்கும் உப்பாக
நீ உமிழ்ந்த ஒரு சொல்.
○

நலமறிந்த சமாந்தரம்

மழை முகிலின் இருள் கவியச்
சிறு தூறல்

அறிவும் உணர்வும்
ஒத்திசையில் குவியுமோர்
காலக் கயிற்றிழுப்பில்
கலங்குகிறது சித்தம்

விலகித்தான் இருந்தாலும் நிழலிரண்டும்
சேர்ந்து அசைகின்றன

மனுஷப் பிசாசுகளின் பார்வைகள்
பகழித்திரளாய்க் குத்திக்
கழுக்கடைகளாய்த் துருவுகின்றன
இணை கொண்ட பொழுது

இருப்பினும்
கண்டங்களுக்கும் கடல்களுக்கும் அப்பால்
விடிந்துகொண்டிருக்கும் பகலின்
எனது இரவில்
நானும் நீயும் சமாந்தரமாய்
தொலை தூரத்துக் குரலழைப்பில்
அதிர்கிறது உடல்

மொழிகளற்ற வார்த்தைகளில்
நீ நலமென்பதறிந்ததும்
நானும் நலமாகிறேன்.
○

இரை கவ்வும் சீயம்

பனிக்கால மரங்களின் மேல்
மூச்செறிகிறது நிலவு

கூர் உகிர்ப் பறவையாய்த்
துயிலிழந்து வெறிக்கிறேன் காலதர் வெளியில்
நீட்டிய முன்கால்களின் நடுவில்
கொண்மூவின் உருவில்
படுத்திருக்கும் சீயத்தைச்
சுமந்தலைகிறேன் நெடுங்காலமாக

இரவுக்காற்றில் சுழலும் நினைவுகளாக
எப்பொழுதும் உள்ளுறைந்தலையும்
அதனோடு பயம் விலக்கி சற்று விளையாடவும்
கர்ஜிக்கும் பொழுதில் உடலதிர
விலகவும் முயல்கிறேன்

எல்லா உத்திகளையும் எளிதாய்
அழித்து என் மீதில் பாய்கிறது அசுரப் பாய்ச்சலில்
ஒவ்வொரு தடவையும் தப்பும் பொழுது
மரணத்தை ஏய்த்து மீள்கிற உற்சாகம்

இருப்பினும்
வீழும் வரையிலும் உயிர்ப்பில்லா வாழ்வு

புரியாத புதிராய்ச்
சிறு பிணையாகிக் காத்திருக்கிறேன்
இரை கவ்வ.
○

அணுக்கத்தின் கேள்விகள்

பரிச்சயமான மொழிகளில்
கேள்வியும் ஒன்றெனத்
தெரியவில்லை

விதவிதமான கேள்விகளைக்
கேட்கப் பழகிவிட்டேன்

எல்லா திசைகளிலும்
தாங்கி நிற்கின்றன கேள்விகள்

கல்லணையைக் கட்டுகிறாய்
கரிசனத்தில்
வெடித்தெழுகின்ற தன்னிச்சையான
வினாக்களுக்கு

அணுக்கத்தில் கசிகின்ற
வினாக்கள் யாவும் நம்மிடையே
வாராவதியாய்

கேள்விகளின் திணறலில்
கோபத்தை உணர்த்துகிறாய்
காற்றைப் போல

கேள்விகளுக்கு
தலைமறைவு வாழ்க்கையெனப்
பொய் பேசித் திரிகிறது
மனது.
◯

எஞ்சியிருக்கும் சொற்கள்

பின் மாலைப் பனிப்பொழுது
நிச்சாரகம் வீச சீட்டியடிக்கிறது
முற்றத்துக் கஷ்கொட்டை மரம்

உறைந்திருக்கிற பனிக்கட்டியின்
மீதியைச் சொட்டுகின்றன
இலையற்ற கவடுகள்

நெடுநாட்களுக்குப் பிறகு
வந்தமர்ந்த பூவைப் பறவைக்கு
நேசத்தில் முற்றிக் கனிந்திருக்கின்ற
சொற்களைத் தருகிறேன்

கொத்திக் கொறித்துக் கோதிப் பின்
துப்பி விட்டு மறைகிறது பூவைப் பறவை

இருள் கவ்வ வெறுங்கையோடு வீடு திரும்பும்
வேட்டைக்காரி நான்
கணப்பில் தீமூட்டி
அனல்காய்ந்துக் காத்திருக்கிறது
கவிதை

இன்று எதை ஈவேன்
எஞ்சியிருக்கும் ஈரத்தில் உறைந்திருக்கின்ற
சிறு முத்தத்தைத் தவிர.
○

பிரியா பாஸ்கரன்

முரண்களின் உரு

என்னுள்
கனலும் நெருப்பின் ஒளியை அறிந்தும்
அமைதியாய் நீ
உன்னுள்
பனி உருகக் கிடைத்த சிறுதுளி
வெப்பத்தில் துளிர்க்கும்
ட்யூலிப்பாய்
நான்.
○

இன்று
தனித்தேன் குளிர்பற்றி எரியும்
சிறுபொழுதில்
எனினும்
சாம்பல் பட்சியின்
சிறு நினைவும்
துணையாய்.
○

மழை உதிரும்
பின் இருளின் வெளியில்
எங்கோ
புதைந்திருந்த கருப்பின் வண்ணங்கள்
கிளர்ந்தன
நினைவுகளின்
உப்புக் கரிப்பில் துளிர்க்கும்
முறுவலாய்.
○

சலிக்காத மாயத்தின் புதிர்

அடரிருள்
கல்விட்டெறிந்த தேனடை தேனீக்களாய்ச்
சொரியத் தொடங்குகிறது பனி

நகர வண்டி உப்பெறியக் கரையும்
உறைபனியாய் நினைவுகள்
வேம்பின் கசப்பென
மண்டிக்கிடக்கின்றன சலிப்புகள்

கண்களை இறுக மூடி அகம் திறக்கிறேன்
மனதின் அடி ஆழத்துள் விழித்திருக்கிறது
கரும் பூனையொன்று
நேச விழிகளுடன் கூர் உகிர் உரசி நகைக்கிறது
மெல்ல மீசை உயர்த்தி

கணப்பொழுதில் கனலும் நெருப்பாய் ஒளி
என்னுள்
நிழல் நிஜமாகுமெனப் பூனையை
சுமந்தலையத் தொடங்கி
நெடு நொடிகளாயிற்று

நினைவுச் சுமையோடு
பூனைச் சுமையும் சுமந்தபடி
இன்னும் எத்தனை தூரம் நடந்தாலும்
சலிக்காத மாயம் மட்டும்
இன்று வரை
எனக்குப் புரியாத புதிராய்.
○

அபிமானத்தின் வெய்துறுதல்

குளிர் பாலையில்
கொட்டும் மழை இரவு

மழைக்காலக் காளானாய் முளைக்காமல்
உயிரின் நிழலாய்
நீ

சூறைக்காற்றாய்ச் சுருட்டி
எடுத்துக்கொள்கிறாய்
7/24 காலமும்
என்னை

அன்புடைமையின் காலடிக்குள்
விரும்பியே கிடக்கின்றேன்
கொத்தடிமையாய்
நான்

இது நியாயமா என
மண்டையின் உள்ளீட்டில் உழல்கின்ற
கேள்விக்குப் பதிலாக
விழிகளில் பேரொளிக் கீற்று மின்ன
அபரிமிதமாக வெளிவருகின்றன
வெய்துறுதல்கள்

அவை நின்று விடுவதில்லை
நீ நிற்க விடுவதுமில்லை.
○

காத்திருத்தல் ஒரு யோகம்

இலையுதிர் காலத்தின் சருகாய்ப்
பறக்கிறது உறவு
உறவின் எஞ்சிய
நிறமாலையின் கதிர்கள்
என் புலன் மயக்கிற்று
உயிர் பிளந்து துளிர்க்கிறது
கொழுந்தாய்
அன்பு.
○

பூக்கும் வரை காத்திருப்பதில்
அர்த்தமில்லை என்கிறது
காலம்
மெல்லவே மலர்தல் செய்.
○

மனநிலத்தில்
வார்த்தைச் சூடுகளால்
ஆழ உழுது கொண்டே
கந்தலான அகவெளிக்கு
ஒட்டுப் போடுகிறாய் பார்வைத் தையல்களால்
அணங்காக நீயிருக்க வாடலாகிறேன்
இருப்பினும்
அமுதமாய் ஆத்மப்பூ தேடுவது
உன்னைத்தான்.
○

ஹபிபி

இடுதிரை விலக்கி
சன்னலைத் திறக்கிறேன்

எல்லை கொண்ட ஐய்யனாராய்க்
கம்பீரப் பார்வை

கரிசல் மண்ணின்
ஈரமும் வீரமும் கர்வமும் காட்டும்
அங்க மொழிகள்

கருப்பூர அறிவுடன்
தொங்கும் அரைவட்ட மீசை அதிர
சிரிப்பு

கண்களுக்குத் தெரியா
அணுக்கத்தின் வலை காலங்காலமாய்

வார்த்தைகளுக்கிடையே
உறைந்திருக்கிறது
மிகப் பெரிய
மௌனம்

மலைப்பாம்பு வாய் கொண்டு
கண்டதை ஒலிபெருக்கியாய்க் கத்தும்
வல்லூறுகளுக்குத் தெரியாது

முதுமையின் கோடுகள்
வரைந்த சித்திரத்தை முகத்திலும்
வெள்ளிப் பூண் மினுமினுக்க
நரை மயிர்களுடன்

கிஞ்சித்தும் குறையாப் பேரன்புடன்
ஒரு முப்பது ஆண்டுகள் கடந்தும்

மழை தீட்டிய கோல நாளொன்றில்
எப்பொழுதும்
கால தாமதமாக வருகின்ற
உன்னுடன்
ஒரு தேநீர்
அருந்தக் காத்திருப்பேன் என

அப்பொழுதும்
வைதபடி உன்னை வரவேற்கும்
என்னிடம்

ஏண்டி
எப்பவும் என்னைத் திட்டுற நீ
என்பாய்..
ஹபிபி*..!
O

* ஹபிபி - Habibi is an Arabic word that literally means "my love" (sometimes also translated as "my dear," "my darling," or "beloved.") It is used primarily as a pet name for friends, significant others, or family members.

கட்டவிழ்த்தல்

பனிப்புயல் தழுவிய இராத்திரி
இருட்டு இரவில் முணுக் முணுக்கென்று சிரிக்கின்றன
நாண்மீன்கள்

ருது காலம்
ஒற்றைப்பட்சியின் ஆலாபனையில் நிறைகிறது
நெஞ்சறை

இலகரியில் ஆழ்கையில் கனவிற்குப் பேருறக்கத்தைப்
புணரத் துடிக்கின்ற அவசரம்

விழித்தலுக்கும் நிட்டைக்குமிடையில்
ஊசலாடுகிறது நனவு
மிடுக்கு குரலின் இதய வெம்மையில்
நானும் நாமாகிய நானும் முழுதாய் விழித்தோம்

தணல் பற்றி எரிகிறது
புயலங்கே சூல் கொள்ள
எத்திசையில்
நகருமெனத் தெரியாச் சூழல்

தாரக மந்திரமாய் ஒலிக்கும் குரலைத் தொடர்ந்து
செல்கிறோம் செல்கிறோம்
ஒளியின் உச்சிக்குச் செல்கிறோம்

அடிவயிற்றிலிருந்து ஆழப் பறிக்கிறது
சொல்லொணா உணர்வு.
○

மிருநாளத்தில் நீலோற்பலம்

பனியில் நனைந்த முன்னிரவு
வானிடிந்து கொட்டிய பெரு மழையில் கூடிழந்த
ஊர்க்குருவியொன்று கரைகிறது
வில்லோ மர
உச்சாணிக் கொம்பில்

குழுவனின் மகுடியாய் மயக்கிய குரல்
இன்று
ஏற்றுகிறது துறுகல்லெனக் கனக்கும்
இதயச்சுமையை

விதியென விலக்கிட முடியா இயலாமையில்
பரமபத ஆட்டமாய் ஆன்மாவின் யாத்திரை நகர்கிறது

ஒரு மாறுதலுக்காய் அடையாளக் குறிப்புகள்
ஏதுமின்றி
என் மூலத்தைத் தரிசித்து
சுயத்தை வரைய விழைகிறேன்
மனதுக்கிசைந்தபடி

விழிக்கசிப்பில்
மிருநாளமென நீண்ட கடைசித் துளியின்
நீர்ப் படுக்கையில் மலர்ந்திருக்கிறது
நீலோற்பலமாய்
வில்லோ மர ஊர்க்குருவி.
○

வெப்புள் பனி

வேதிமாற்றம் நிகழ்ந்த
ஆத்ம குடுவைக்குள்
உறை பனி குளிர் இருள்

சுருண்டிருந்த நியூரான்கள்
புடைத்து விரிந்தன

தரிசெனக் கிடந்த
தேகப்பரப்பெங்கும்
முதல் துமி நனைக்க
அரும்பியது சிறு முகை

இதயச்சுவர்களைக்
கொத்திக் கொத்தி
இடம் பிடிக்கிறது
யாத்ரீகப் பறவை

விழியொளியில்
பரிதி பொசுங்க
சொரிகிறது
நாள்மீன்களை விசும்பு
சிரசைச் சுற்றி
குருவிகளின் வாழ்த்தொலி

காலதாளத்தில் ஊசிச்சொல்
மறைகிறது
வெப்புள் பனியாய்
ஒற்றைப் பத்ம பாகத்துள்.
◯

இன்சோம்னியா

விறாந்தையில் நிச்சலமாக அமர்ந்திருக்கிறேன்
கவிதையொன்று கருப்பையில்
சூல் கொள்கிறது குழவியாய்

பாடக் குறிப்புகள் ஏதுமின்றி
தன்னைச் செதுக்கிக் கொள்கிறது
கைதேர்ந்த கம்மாளனின் லாவகத்துடன்
ஆழமான உணர்ச்சிச் சுழிப்புகளில்
தனது ஆழத்தை இழக்காத
சிக்கலற்ற கண்ணி

கணக்கில்லா லிபிகளும்
படிமங்களுமற்ற அளவில்லாச் சந்தத்துடன்
விடையற்ற வினாக்களில்
குழைத்தப் பேரோவியமாய்
உனக்கென

நேசத்தில் உருகி வீரிட்டு அழுதபடி
புற வெளியில் தலை நீட்டுகிறது
மறுமொழி வராதென
அறிந்தும்
இப்பொழுது உள்ளிடம் துஞ்சுகிறது
நிச்சிந்தையாய்

எத்தனை நாளாயிற்று
ஒரு நல்ல உறக்கம் வாய்த்து.
○

பிரியா பாஸ்கரன்

யாழ் மீட்டும் சிரிப்பொலி

வண்டல் வெடிலொடு பாயும்
புதுப்புனல்

புது வெள்ளப் பாய்ச்சலில்
துள்ளி விழும்
கயல்கள்

நீர் உயரக் கழை நுனியில்
மொட்டவிழ்க்கும்
ஆம்பல்

சூல் தரித்த பேடைக்கு
ஈனில் இழைக்கும்
சேவலின் உற்சாகப்
பெருங்கீச்சு

மெல்ல இறங்கும்
மழையின் முதல்
துமி

இப்படித்தான்
நேசத்தில் கொம்பரக்காய்
கதுப்பு விரிய
யாழாய் மீட்டுகிறது
எனது மனவெளியை
உனது பிரத்தியேக
சிரிப்பொலி.
○

சிரிப்பென்னும் இடுதிரை

காற்றில் அலைந்து சதிராட்டம் போடுகிறது
ஆஸ்பென் மரம்
தலைவிரித்து உலாவத் தொடங்கிவிட்டது
குளிர்

கதவடைத்து கணப்பியை முடுக்கி
வெளியே வேடிக்கை பார்க்கிறேன்
அடிச்சேறு மேலெழும்பக்
கலங்கிய குட்டையாய்
மனது

இறுதி மூச்சில் ஒரு சொல்லைச் சொல்ல
விழைகின்ற ஆன்மாவாய்த் தவிக்கிறது
இருதயம்

அதீத அன்பின் எதிர்பார்ப்புகள்
உயிர்விட்ட கணங்கள் வடுக்களாய்
நெஞ்சாங்குழியில்

நீரின் போக்கில் நெடுத்து அலைகின்ற கழியாய்ப்
புறக்கணிப்பின் தவிப்பில் நானாகிய நான்

இனி
என்னைக் காலத்தின் உக்கிரத்திற்குக்
காவு கொடுப்பதை
எங்ஙனம் மீட்டெடுப்பது.

○

பிரியா பாஸ்கரன்

இலையுதிர் பருவம்

மனத்திடைப் புகுந்தது பெரும் புயல்
விழுது ஊன்றிய ஆலமரமாய்
நினைவுகள் பல
போனதிசை அறியாமல் நிற்கிறேன்
திக்கித்து

இலையுதிர்த்து உடை களையும் மரங்களாய்
நினைவிடையில் எஞ்சிய லிபிகளும்
தயாராகுகின்றன உறங்குவதற்கு
இனி நெடுந்தொடரும்
கடுங்குளிர் நாள்

திரும்பத் திரும்பச் சுழல்கின்ற
ஒலிப் பதிவுப் பெட்டியாய்க்
காற்றதிர செவிப்புகுகின்ற
வகைப்படுத்தப்படாத உறவின்
கரிசனக் குரல் மனதெல்லாம்

அக்குரலில் உயிர்மூச்சை இறுகப் பிடித்தபடி
உறைந்திருக்கின்றன
சின்னஞ்சிறிய சொல்லாடல்கள்
சிலாசாசனமாய்

மண்ணில்
மெல்ல முத்தத்தைப் பதிக்கிறது
முதல் பனி.

கூடுதுறை ஞாபகங்கள்

நேற்றைய மொழிதலின்
உணர்வுகளை விழிகளுக்குள் கோர்த்து மூடுகிறேன்
உள்ளே சுவாசமாய் நிறுத்தி
யாசிக்கிறேன் உயிர் வளியை
கரையைத் தொட்டுவிடத் துடித்துத்
தளும்பும் கடலலையாய்
மனது

மெள்ள எட்டிப் பிடித்துத் தொட்டு விடுகையில்
பெருங்குவடாய் ஏக்கங்கள்
பல்கிப் பெருகி கைகால் முளைத்து
விரிந்தெழுகிறது பரட்டையென

ஒரு நொடி நெருப்பாகவும்
அந்நொடியே நீராகவும்
கலைக்கவும் சமைக்கவும் செய்கிறாய் என்பதை
நீர் சொரியும் ஈர விழிகள்
பறையடித்து முழங்குகின்றன சத்தமின்றி
கூடுதுறை ஞாபகங்களில்
ஒடுங்க ஆரம்பிக்கும் அக்கணத்தில்
முணுமுணுக்கிறது காதினுள்
உனது வியாக்கியானக் குரல்
இதோ விடிகிறது மற்றொரு நாள்

வைகறையில்
மெல்லத் தழுவுகிறது என்னைத்
துயில்.
○

நினைவுகொள்(ல்)

புற்றீசல்களாய் அந்தரங்கத்தில்
நினைவுப் பெருக்கு

முதலில் சாவகாசமாய்ப் பொறுத்திருந்து
அவதானிக்கிறேன்

பகல்தோறும் கரையானாய் அரித்ததில்
சந்தி நேரத்திலே
படை படையாய்க் கிளம்பிற்று
வெளியெல்லாம் தும்பிகளாய்த் தாறுமாறாக
அந்தரித்துப் பறக்கின்றன
இருப்பிழந்து

புலப் பெயர்வில்
சில சாதகப்புள்ளிடம் சிக்கி
அடங்கிப் போகின்றன பெருங் கேவலுடன்
அவலமாய்

தடம் மாறிய அவை
திரும்பி வரக் காத்திருக்கிறேன் பொறி வைத்து

சிக்கிய பின்னர் தீர்மானிக்கலாம்
வாழப் பழகுவதா
இல்லை
கொன்று புதைப்பதா
என்பதை.
○

பனி இரவின் சாரல்

நடுநிசி தாண்டிய சாமத்தில்
சிக்குண்ட கூந்தலாய்
மனம்

களைத்துப் போட்ட சீட்டுக்கட்டாய்
நினைவுகள்

மசித்துளித் தோய்ந்த தூவலுக்குக்
கூர்தீட்டிய கத்தியாய்
நினைவெழுத

எழுத்தாணிக்குருவியின் அலகென
வன்மையாய் எச்சரிக்கிறது
மூளை

தாமிர வட்டியில் வாரிசாதம் சுமந்து
மண்டியிடுகிறேன் புத்தன்
பாதத்தில்
காதலில்லாக் கருவைக்
கவிதைக்குத் தருமாறு

போதியடி இல்லாப்
புத்தன் சத்தியம் உரைக்கிறான்
காதல் சிறுமுளை
வெடித்தெழுமென்று

சாரலில் நனைகிறது
மனசு.
○

பிரியா பாஸ்கரன்

அந்தர வெளியின் வார்ப்படம்

பகல் கனவு பலிப்பதில்லையென்பது
ஐதீகம் தான்னெனினும்
கனவுகளின் சத்தம்
உயிர்வளியில்

சுமக்க எவருமில்லை
ஏக்கப் பொதிகளை

மலர் இதழ் விரிவது போல
மெல்ல வலி மிகும் வயனில் புனைகிறேன்
ஓவியம்

மூடாத செவிகளுக்குள் எட்டாத
சிணுங்கும் குரலின்
தனித்த புலம்பல்

ஒற்றை ஊடுருவும் பார்வையில்
வார்ப்படமாய் இருதயச் சூடுகளைத்
தணிக்கிறது

உறுதியாகத் துயிலெழும் நிதச் சூரியனாய்
உள்ளீடற்ற விசித்திர கேட்டலுக்குப்
பதிலளிக்கிறது முறை பிறழாமல்

உறிஞ்ச தாகம் தீர்க்கும் நீரென
உயிர்த்துளிக்கு நிழல் சின்னமாகவும்
ஆன்மக் குவளையின் உணர்வுகளுக்கு
வற்றாத பெருங்கடலாகவும் விரிகிறது
இப்பொழுது ஓவியம்.
○

உலர்த்தலில் விரியும் மனம்

மன வெளியில் வெப்பத்தகிப்பு
நெடுத்துப் பரந்து விரிகிறது இரவு

நெய் வார்த்த நெருப்பாய்
ஆழ் மனப் படிவுகளின் மூலைமுடுக்குகளில்
பொறி கிளர்த்திப் பரவுகிறது தீ

திடீரென மண்மீது
நெகிழ்ந்தவிழ்கும் விசும்பாய்ச்
சொற்களின் தீண்டல்

ஈரஞ்சொட்ட உலர்த்துகின்றன
தீ கங்குகளை ஒவ்வொன்றாய்க் கோதி

தீ தணிந்து
எஞ்சியிருக்கிற சாம்பல் வெளியில்
பெருமகிழ்வு பூரிப்பு

நிர்வாணமாய் விரிந்து கிடக்கிறது
மனம்.
○

பிரியா பாஸ்கரன்

மௌனக் கங்குகள்

பணிச்சுமைக்கிடையில்
முணுமுணுக்கிறது
மனது

அன்பான விசாரிப்புகளுக்குச்
செவிசாய்ப்பதில்லையென

கடுஞ்சொல்லின் கங்குகளாய்
உனது மௌனம்

இறைஞ்சுகின்ற எனது நேசத்திற்கும்
நேரமில்லையென்கின்ற
உனது தர்க்கத்திற்கும்
உள்ள முரணை

உலோபியாய் இல்லாமல்
ஒரு சின்ன எமோஜியில் நிவர்த்திக்க
முடியும்

எப்பொழுதும்
பிரியமானவர்களின் புறக்கணிப்பை
மனதும் ஏற்பதில்லை

ஆதலால் நீயே அனுபவமாய்
எதிர்கொள்கிறேன்
மீண்டும்.
◯

குழலூதும் சொல்லாடல்கள்

நெஞ்சம் பாலையாய் இருக்கையில்
தென்றல் பேச்சில் ஓடை
பாய்ச்சுகிறாய்

கட்டளைக் கல்லாய் உரசி
அறிந்து கொள்கிறாய்
மனதிலிருக்கும் இரகசியங்களை

ஒற்றைப் பார்வையும்
தீ மின்மினிகளாய்ப்
பிரளயம் நிகழ்த்துகிறது
இருள் கிழித்து

வசந்தத் துளிர்களை
மேலெங்கும் தூவி வருகின்றன
சொல்லாடல்கள்

மெத்தெனும் பாதையாயினும்
சப்பாத்தையும் மீறி
துளைத்தேறுகிறதொரு முள்

அலைகின்ற நினைவுகளால்
கரைந்தொழுகுகிறது மனம்
இதயத்தைக் கயிற்றில் கோர்த்த
உணர்வு

துயிலின்றி உழல்கின்ற
யுக நீள இரவில் குழலூதி வா..!
〇

பிரியா பாஸ்கரன்

மிதக்கின்ற கனவின் துடிப்பு

எழுதத் தொடங்கிய
தாளின் முகப்பில் வந்திறங்குகிறது
தட்டாரப்பூச்சி

ஊதாவில் வெள்ளைப் புள்ளிகளுடன்
மெல்லிய படபடப்பில்
எழுத்திற்கு மை உகுக்கிறது

உள்மனம் வெளி வரத்
தீக்குள் வைக்கிறேன் ஞாபகங்களை

நேற்றிருந்த அமைதியில் இன்னும்
இருக்கிறோம்

மொழிகளற்ற சொற்கள் இல்லை
அலகு குத்திய மௌனத்தில்
நாவு

இப்படி இருப்பதும் அசைவே என்கிறாய்
விடியலின் ஒலிகள் ஊளைப்
பண்ணில்

தவிப்பில் பறந்து செல்கிறது
தட்டான்
கடிதத்தைக் காற்றில்
தூதனுப்புகிறேன்

மிதந்து செல்கிறது
ஒரு பெருங்கனவு.
○

உயிர்நாடி புனையும் சன்னத கவிதை

காலையெனில்
ஆகாய வெளியிருந்த
செம்பரிதி கடலுக்குள்
ஆழப் புதையும்

இரவெனில்
தனிமைக் கொடுத்துக் கண்துஞ்சும்
கூர் உகிர்ப் பறவை

நுதல் சுருங்கி
கூரை விரிக்க மண்ணிறங்கும்
விசும்பு

பாலை நில ஒற்றைப் பனையும்
ஆலாபனை இசைக்கும்

நிசப்தமென்பதைத்
தனதாக்கிக் கொள்ளும் பெருவளி

நிட்டைக் கொள்ளும்
அழுகையென்ற பொதுமொழி

கோணங்களின் கீழ்வரியில்
சுற்றித்திரிகின்ற எனது உயிர்நாடியும்
சன்னத கவிப் புனையும்

எனக்கே எனக்காய் என்னுள்
நீ
உரையாடுகின்ற
தினையளவு பொழுதினில்.
○

பெருமூச்சின் இரகசியம்

கோணலைக் கொண்டாடும்
பேதையர் வருகிறார்கள்
உறுமும் பிசாசுகளைத்
தம் காதல் வருடலால்
ஆற்றுப்படுத்துகிறார்கள்
கரும் இராட்சசர்கள்
அன்பின் கனிரசத்தை
கையளிக்கிறார்கள்
குருதியில் நனைந்த
எலும்புகளை இழுத்தோடுகிறார்கள்
ஓநாய் மனிதர்கள்
அனைத்தையும் எளிதே
கடந்துவிடும் லாவகம் வாய்க்கும்
வினாடிகளில்
நிழலாடும் கடும்பித்தேறிய
நினைவு கடக்கவியலா
நதியாகிற பொழுதில்
களவாடி அயர்ந்திருக்கும்
நெடும் வாழ்வில்
பெருமூச்சின் சிறு இரகசியம்
சொல்கிறார்கள்
கொல் அல்லது கொல்லப்படு
சிதையூட்டு
உடன்கட்டை ஏற்றுதல் குறித்துக்
கோணல் பேதையர்களின் துயரம்
குறைவதில்லை ஒருபோதும்.

○

எண்டோர்ஃபினைச் சுரக்கும் ஒற்றைச் சொல்

காற்றில் அலைந்த மூங்கில் காடாய்
உழல்கிறது மனது

நெருப்பையும் மிஞ்ச சுடுகின்றன
நினைவுகள்

சருகுகளாய் உதிர்கின்றன
எண்டோர்ஃபின்கள்

எனது காலம்
சார்பாகப் போயிற்று
நிழலாக உன்னிடம்

காற்றையும் மீறி வலியது
உனது ஒற்றைச் சொல்

அதனை
இப்போதே இயம்பிடுதல்
மிகவும் அவசியம்

என்னுள் நுழைந்து
புலன் மீட்டி புவியீர்ப்பை எதிர்த்து
வீழட்டும்
சொற்களற்ற அன்பு
முடிவிலா நீர்வீழ்ச்சியாய்.
〇

பிரியா பாஸ்கரன்

காற்றில் வரையும் மடல்

சொற்பச் சொற்களிடையே மிகப்பெரிய மௌனம்
எனது இதழ் ஓரத்திலும் உனது மூக்கு நுனியிலும்
ஈரம் உலரும் முன்பாக
மேற்கில் வீழ்கிறது சூரியன்

வியர்வை குளித்துச் சுள்ளி பொறுக்கி
இணக்கிற்றுச் சிறு கூட்டை சிட்டுக்குருவிகள் இரண்டு

திராட்சைக் கொடியோர மெல்லிய நிழலில்
காற்று அதிர

இறகுகளை உதைத்துக்கொண்டுத்
தாறுமாறாய்த் தறிகெட்டலையும் தும்பிகளின் மேல்
நம்பிக்கையில்லை
ஆநிரை கண்டு ஓக் மர நிழலில்
வெய்துறும் ஏறுகளும் இங்கில்லை
எப்படிதான் இவற்றை உன்னிடம்
தூது அனுப்ப?

வெம்மையான பாறையின் மேலிருக்கும்
உணங்கும் வெண்ணெய்யாய்* நம்மிடையே பேரன்பு
அதனைக் கையில்லா ஊமையாய் காப்பதில்
ஏது அர்த்தம்?
உயிர் உருகிக் கிறங்கக் கிடக்கிறேன்
உனது தீராத மௌனத்தைப் பார்த்தபடி

இனி
சொல்வதற்கு ஏதுமில்லை.
◯

*வெள்ளிவீதியார் உவமை - பாறையில் உருகிவழியும் நெய்.

ஆறாம் புலன்

கூர்தீட்டிய பகலின் வெப்பத்தைச்
சுருட்டி வைக்கிறது
வேனல் இரவு

நத்தையாய் உறங்கித் தொலைக்காமல்
துருப்பிடித்த நினைவுகளை
அசைபோடுகிறது மனது

மெதுவானதொரு செரிமானமாய்
ஆட்கொள்ளும் அர்த்தங்களற்ற
உணர்வுகளில் மூழ்கி

கணப்பொழுதில் சிக்கிச்
சூனியமாய்ப் போகும்
யாமப் பொழுதுகளைக்
கண்டிப்பதும் இதே இரவுதான்

குளிரும் நிலவைத் தகிக்கும் சூளையாகவும்
மின்னும் உடுக்கள் கூர் தீட்டிய பகழியாகவும்
கற்பிதமாக்கிய இந்த இரவிற்குத் தெரியுமா

மேனியெங்கும் துளித்துளியாய்
வெள்ளம்
பெரும் பிரவாகமாய்ப் பெருக்கெடுக்கும்
இன்பத்தைத் தருகின்ற இந்நினைவுகளே
எனது
ஆறாம் புலனென்று.
○

பிரியா பாஸ்கரன்

உறங்க மறந்த நினைவுகள்

நடு நிசியுடன்
கதைத்துக் கொண்டிருக்கிறது
உறக்கம்

சுரணையிழந்து
ஓடிக்கொண்டிருக்கிறது உன்னிடமே
எருமை மாடாய்ச்
சொல் பேச்சுக் கேட்காத மனது

நேற்றைய நினைவிலும்
நாளையக் கனவிலும் நகர்கிறது
வெறுமையாய் இன்றைய நாள்

மொழியாத ஒப்பந்தங்கள்
மீறப்படும்பொழுது குத்தீட்டியாய்த் தீண்டி
வலிக்கிறது உயிர்

எனினும்
பல யுகங்களின் தடங்களை
விலக்கியபடி
உன்னைத் திருடி என்னுள்
புதைக்கிறேன்

கவிதையாய் முளைக்கிறாய்
என் கண்ணுக்குள்

கடலெனப் பொங்குகிறது
உறங்க மறந்த நினைவுகள்.
◯

மௌனத்தின் பிரளயம்

கனவுக்குள் இறங்கும்பொழுது
கதவிடுக்கில் நிலவு
ஓவியத்தைப் புனையத் தொடங்குகிறேன்
கறுத்துக்கொண்டிருக்கிறது வானம்

மேகவர்ணத்தில் பின்புலம் வரைந்து
உடுக்கள் இரண்டைப் பிடித்து
பொருத்துகிறேன்
தீட்டிய கண்களில்

உயிர்த்தெழுகிறது ஓவியம் நீயாக
நெஞ்சுக்குள் மழை
இருளின் கரிய வண்ணத்தைத்
தூரிகையில் தோய்த்து கதவிற்குப் பூட்டினேன்
பெரியதோர் பூட்டை

தூரிகையை வைத்துவிட்டு அருகில் அமர்கிறேன்
மௌனப் பார்வை கொண்டு
பிரளயத்தில் மூழ்கடிக்கிறாய்

மனதில்
பெரும் பதற்றம்

உள்ளேயிருந்து தவிக்கிறேன்
திறவுகோலைத் தீட்ட மறந்த நான்.
○

பிரியா பாஸ்கரன்

கமழும் நினைவுகள்

எனக்கென்று ஒன்றுமில்லா
உனது பிரபஞ்சத்தில்
என்றைக்கோ ஒரு நொடிப்பொழுது
உனது துயரங்களை வெல்லும்
பகடைகளாய் இருந்தேன் என
மனதின் மெல்லிய நரம்புகளும்
உரத்தும் நிதர்சனம் மட்டும்
சற்று ஆறுதலாய்
இன்று.
○

பெருமழையும்
பெருங்காற்றும் காலமும்
கடலோரப் பெருமணல் விரிப்பும் இல்லாத
ஒரு புவனப் பெருவெளியில்
நிரம்பிக் கிடக்கின்றன நினைவுகள்
போதும்
சொச்ச வாழ்வெழுத.
○

குறிஞ்சியும் முல்லையும்
மயங்கும் மருங்கில்
ஆழமான ஒரு மூச்சிற்கும்
மறு மூச்சிற்குமான ஒரு மணித்துளி
இடைவெளியில்
வெப்பத்தில் வெடித்த உதடுகளின் மீது
விழுகிறது ஒரு நினைவுத்துளி
அது எழுப்பும்
அலையோசனைகளில் கமழ்கிறது
கைதைப்பூ.
○

உயிர்ப்பில் தரிக்கும் கவிதை

சூரியன் எழும் போதிலெல்லாம்
சூத்திரக் கிணற்றைச்
சுற்றி வரும் பழகிய மாடாய்க்
கையழுத்துகிறது அலைபேசியில்
ஒரே எண்ணை

சுரணை கெட்ட ஜென்மம் என மூளை வைய
முரண்டு பிடிக்கிறது அகங்காரம்

சிலசமயம்
புகை வண்டியென நீளும் உரையாடல்கள்

சிலசமயம்
மின்சாரம் துண்டிக்கப்படும் வேகத்தில் சொல்லாடல்கள்

சிலசமயம்
பதிலளிக்கா நெடித்துக் கேட்கும் ரிங்டோன்கள்

குண்டடிபட்ட காட்சிப் புலமெனப்
புறக்கணிப்பில் விரிகிறது மனது

ஆனாலும் நடுநிசி தாண்ட
போதையேறிய நினைவுகளால்
மெய் நிகரின் கை உரசாத் தழுவல்களிலும்
தீப்பொறியாய் இருதயத்தை
உரசிய சொற்களிலும்

தரிக்கிறது கவிதை
மீண்டும்.
○

பிரியா பாஸ்கரன்

மொக்கவிழும் நினைவுகள்

வியர்வையில் மண் குழைத்து
கல்லில் எழுப்பி
ஓடு வேய்ந்த சிறு குடிலின்
சுவரின் மேல் சாய்ந்திருந்தாய்
நித்திய மல்லிகளின் மணம் கொட்டிக் கிடந்த
கரிசல் மண்ணைப் பார்த்தபடி

மைத்தூவல் படிந்த
உனது கைகளின் கவிதை மணம் தேடி
நுகரும் கடிதமெனப் படபடக்கிறது
காற்றில் மெல்ல

அறையின்
சன்னல் ஓர வெளிப்புறத் திட்டில்
தத்தி தத்தி ஆடுகின்ற குருவியொன்று
தாபத்தின் உக்கிரம் ததும்பிவழியும் எனது
ஒரு சொல்லைத்
தூதெடுத்து வருகிறது உன்னிடம்
என் அகவெளியிலிருக்கும்
நளினத்தின் வெம்மையை
உனக்கு மாற்றுகிறது
கால் சிட்டிகை நாழிகையில்

அன்பில் இழைத்த சொல்
உறைகிறது அந்தரங்கத்தில்
நமது கனவொன்றைத் துய்த்தபடி

நனவிடை தோய்கின்றன
நினைவுகள்
மொக்கவிழ்கின்றன நித்திய மல்லிகள்
இப்பொழுதும்.
○

அன்பின் இலக்கணப் பிழை

விரதம் கலைக்காத மௌனவாசியாய்
இப்பொழுதைய தினங்கள்

அன்பின் அர்த்தம் தெரியாத
அகராதியாய் உணர்வுகள்

விழிநீர் துடைத்திடும் விரல்கள் விடுப்பில்
மனதினைப் படித்திடும் ஆற்றலில்
நூற்கண்டு அளவு தடை

புறக்கணிப்பைக்
குத்தகைக்கு நீ எடுத்திருக்க
அன்பின் இலக்கணத்தைத் தேடுகிறது
உள்மனம்

அத்தனையும் தாண்டி
என்னோடு கலக்கிறது உன் பிரியக்காதல்
ஒரு கணம்
நான் நானாகி விட்ட பெருமூச்சில்.
○

பிரியா பாஸ்கரன்

அணுக்கத்தில் எரியும் இரவு

ஸ்டெர்லிங் ஐட்சு நகரின் டெல்ல ரோசா வீதி
39333 இலக்கமிட்ட எண்
பனி மூடிய மேப்பிள் மரக்கிளையிடுக்கில்
பலகணி ஊடாக
மெல்ல மூச்செறிகிறது நிலவு

கழுத்துச் சரிவில் வழுக்கிய
உதட்டு ஒற்றலின் தகித்த வெப்பத்தில்
வெளியே உறை பனியும் உருகுகிறது

மொழியைக் கண்கள் களவாடிக் கொண்ட பிற்பாடு
சொற்கள் உறைந்தன
உயிர் பிளந்து உதிக்கின்ற
மௌனத்தின் அர்த்தப் பிரவாகமோ முடிவிலியாய்

இப்படியாகக் கனவுகளுக்குள் இறங்கித்
திறந்திருக்கும் செவிகளுக்கும் எட்டாத தனித்த புலம்பல்
பெருங்காட்டில் உழன்ற மூங்கில் காடாய்
விரகத்தில் எரியும் இரவு
இதயச் சூட்டில் முளைக்கின்றன பெருமூச்சுகள்
தொடர் சங்கிலியாய்

உன்னை மென்று தின்றுவிடுகிற
பேரன்பு நினைப்பில் விடியலாய் வெளிற
துவள்கின்றன கண்கள் எனினும்
துயில் இன்றல்ல நாளை

அதுவரை
சுழலும் குவலயம் தன் அச்சில் மாறிச்
சுழல்க.
○

அணுக்கச்சுவடு

நாயலைச்சலான பொழுதுகளில்
அருந்த கோப்பை நிறைய
ஆவி பறக்கும்
தேநீர்

இருள் நிறைந்த
விடை தெரியா மிரளும் தருணங்களில்
புதிரவிழ்க்கும் சூரியன்

வாகைசூடிய பொழுது
உலோபியாய் இல்லாமல்
புனைவில்லாச் சொற்களில்
பாராட்டு

தூக்கம் மறந்த இரவுகளில்
நெடு மூச்சு சுவர்களில் மோதி எழ
இதமான
நெற்றி நீவி விடல்

கையும் காலும் தூக்கித் தூக்கும்
ஆடிப் பாவையாகிறாய்
முகம் பார்த்து மனதறிந்து

நாடி நரம்பெல்லாம்
கவடு விரித்துப் பெரு விருட்சமாய்ப்
படர்ந்திருக்கிறது
அணுக்கம்.
○

பிரியா பாஸ்கரன்

அவனுக்கு மழை என்ற புனை பெயர் உண்டு

அப்பிக்கிடக்கிறது இருள்
தவளையின் ஓசையில் ஆர்ப்பரிக்கிறது
நடுநிசி

நாண்மீனாய் மனவயினில்
ஒளிர்கின்றன நினைவுகள்

மந்திரக் கயிற்றால்
இறுகப் பிணைத்த நொடிகளில்
சிக்குண்டு கிடக்கிறேன்

குருதி வாடையை
மோப்பம் பிடிக்கும் விலங்காய்
மூக்கு நுனியில் ஒட்டிக்கொள்கிறது
வஸ்திரக் கவிச்சை

இளஞ்சூட்டுக் குருதி உடலெங்கும் பரவ
காட்டுச்செடியென வளர்கிறது
நேசம்

தனித்திருக்கும்
எனக்குத் துணையாக
கூதல் காற்றுத் தழுவ
மெல்லத் திறக்கிறது வானம்

பெய்யெனப் பெய்கிறது
மழை.
○

காதலில் எல்லாம் நியாமானதே

மந்திர உச்சாடனத்தில் வசியம் செய்யும்
மந்திரவாதியின் பேரொலியாய்
வினாடிகள் உச்சரிக்கின்றன
நாமத்தை

பிலத்தில் பதுங்கிக் கிடக்கும்
கருப்புப் பணமாய் மனக்குழிக்குள்
அணுக்கம்

அட்டையாய் உயிர்நிலையை உறிஞ்சி
தின்று கொண்டிருக்கிறது
நினைவுகள்

ஞெகிழியாய்க் கொதித்து
அகலம் வெடித்து வெளியேறுகிறது
பெருமூச்சு

குகை இருட்டின் ஓவியத்தில்
ஒரு மானின் கண் வாங்கிய பசியில் கௌவுகிறேன்
குரல்வளையைக் கௌவும்
ஒரு புலியின் கனப்போடு
உனது நேசத்தை

சாமம் பேதம் தானமுமாய்த்
தண்டமும் நியாயமானதே காதலில்.
○

பிரியா பாஸ்கரன்

அழலும் காலம்

ஒரு சாகரத்தின் அடர்ந்த நீரளவில்
மழைச் சரங்கள் தொடுத்த
அன்றொரு நாளில்
வெதுவெதுப்பாய் அனுப்பிய
முத்த முகவடிகள் மட்டும்
தடுக்கின்றன
நினைவூட்டும் படியாக எதுவும்
நம்மிடையே இல்லாதிருக்கப்
பிரயத்தனப்பட வேண்டி இருப்பதை.
○

ஒரு மார்கழி வைகறையில்
இன்னும் உலராத பின்னல் நெளியாத
மழைக் குழலிலிருந்து
உதிரும் நீர்த்துளியின் சுழிப்பையும்
கிறங்க வைத்த
களத்தொனியாய்ப் பதிகம் பாடிய
குரலோசை
எங்கே போயிற்றோ
எம்பாவாய்..?
○

கடற்கரை மணலில்
இருள் கவிழ்ந்த வெளியில்
உப்புக் காற்றில்
திக்கற்று அலைகின்ற பட்சியாய்
நிலையற்று உழல்கிறது
உனக்கான நேசம்
காலத்தைச் சுருக்காமல்
கையை விரி
அணுக்கம் ஒன்றே
நிறைவின் குறி.
○

விழிகளில் அடங்கிய விழிச் சிறகுகள்

கொண்மூ ஆவர்த்தனம் செய்கின்ற
குளிர்ச்சியான நாள்

கதுப்பு இடுக்குகளில் பனிக்கட்டிச்
சிலிர்ப்பு

பசுமாச் சிறு நுதலில் பொடியாய்
வியர்வை

உள்வெக்கையில் நீர் வேட்கை மேலிட
எச்சில் கூட்டி குரல் வளையை
நனைக்கிறது நாவு

கோணங்களின் கீழ்வரியில் புதைகின்றன
உணர்வுப் பிழம்பில் காற்பெருவிரல்கள்

புதுக்கோள் யானையைப் பிணித்தலைப் போல*
மன அவஸ்தையின் உச்ச வலி

இருப்பினும்
குறி பார்த்து வீழ்த்தும் கணையாய்
நேர்க்கோட்டில் சந்தித்து
படபடத்தடங்குகின்றன விழிச் சிறகுகள்

இம்சைப்படுத்தும் வம்பு விழிகள்
உனதென்பதறிந்தும்.

○

★ கோப்பெருஞ்சோழன் குறுந்தொகை 129 - புதுக்கோள் யானையைப் பிணித்தலைப் போல.

சொல்லாத சொல்லின் இரகசியங்கள்

கொதி வெயிலாய்
இன்றைய அலுவலக தினம்

என் இருதயத்தை ஈச்சுத் தின்கின்றன
கடியன்கள்

எதிர் நோக்கும் சவால்களின் சூழ்ச்சிகளால்
உருகி வழியும் தார் மீதில் விழுந்த
புழுவாய்த் துடிக்கிறேன்

உள்வெளிதனில் தேளின் கொடுக்குகள்
தீண்டிய வலி

இழைவாங்கியாய்ப் பதம் பார்க்கின்றன
கூர்மையான தருக்கங்கள்

மனப் புழுக்கத்தில் இந்திரகோபமாய்
ஜிவ்வெனச் சிவக்கிறது
எனது முகம்

இருப்பினும்
இன்று எனக்கு ஆசிர்வதிக்கப்பட்ட
நாள்
சாரலில் நனையும்
மாலை வேனலின் சில்லிடுகையாய்
உனது கூப்பிடுகை

மீட்டெடுக்கின்றன
என்னை முழுதுமாய்
உனது
சொல்லாத சொல்லின் இரகசியங்கள்.
○

அல்லாடிடும் மனம்

நொடிகள் கரைந்தோடும்
நெடிய நாள்

மனதிற்கெட்டிய தூரம் வரை
உனது நினைவுகள்

உன்னிடமிருந்து
குறுஞ்செய்திகளில்லாத தினங்களில்
காலம் நின்றுவிட்டதான உணர்வைத் தடுக்க
பிரயத்தனப்படுகிறேன்

எனது தொடர்வண்டி நீளச் செய்திக்கு
சுருக்கெழுத்திலாவது உனது பதிலைக் காண
கைகள் காந்தமாய் இருத்தியது
அலைபேசியை

ஒவ்வொரு அலைபேசி சத்தத்திற்கும்
இரண்டு டெசிபல்
கூடுதலாகத் துடிக்கும்
இதயத்தை நிறுத்திட இயலவில்லை

இதழை இதழால் பருகும்
தருணத்தைவிடக்
கண்களைக் கண்களால் வருடும்
தருணம் பேரழகு

ஆதலால் வா எனைக் களவாடிய
உன் பேரன்புடன்
மிச்சமிருக்கும் காலத்தைக் கடந்திடலாம்.
○

பிரியா பாஸ்கரன்

சிறையுண்டு கிடக்கும் லிபிகள்

விரிந்த கடலாக
நொடிகள்
காத்துக்கொண்டிருக்கின்றன

உலோபியான சொல்லாடலில்
வண்ணத்துப் பூச்சியாய்த்
துடிக்கிறது சுவாசம்

பரல் கற்களும்
பெயரும் பிரவாகமாய்
ஆழப்பறிகிறது உதிரத்தில்
பேரன்பு

விரல் இடுக்குகளில்
நழுவிச்செல்லும் உயிர்ப்பாக
நீ

குழம்பிக் கிடக்கிறது மனது
நடுச்சாமத்து இருளின் கீழ்

கையறுநிலையில் எதை எழுத முடியும்
எனத் தெரியவில்லை

திறக்கப்படாத உள்ளிடத்திலும்
பகிர்ந்த எமோஜியிலும்

அடிக்கடி அழைக்கும் அலைபேசியிலும்
குப்புற வீழ்ந்திருக்கும் புத்தகத்திலும்

எழுதப்படாத வெள்ளைத் தாள்களிலும்
சிறையுண்டு கிடக்கின்றன
வார்த்தைகள்

எப்பொழுது
என் சின்னஞ்சிறு உலகம்
ஒளிரும் நாளோ

அப்பொழுது என் லிபிகளும்
உயிர்க்கும்.
○

பிரியா பாஸ்கரன்

மீளா நினைவுகள்

மழை நின்று
ஈரம் சொட்டும்
பின்மாலைப் பொழுது

அணில்கள் இரண்டு
தானியங்களை
ஊட்டிக்கொண்டன

ஒன்றின் வாலை
மற்றொன்று தழுவி
விளையாடி மகிழும்

காதலின் சாரலில்
நனைந்தேன் தெப்பமாய்

அவற்றின்
சிருங்காரக் கூச்சலில்
கட்டவிழ்ந்து
ஈர நினைவுகளில்
ஊர்கிறது
மனது

நாம்
ஒருவருக்கொருவர்

அறிமுகமான
தினத்திலிருந்தே
நொடிகளைப்
புரட்டிப் பார்க்கிறேன்
அவிழ்கிறது
இரகசிய முடிச்சுகள்

உனது
மூச்சுத் தீயின் கதகதப்பில்
வெளிவரும்
எனக்கே எனக்கான
உன்
பிரத்தியேக சொற்களில்

மனம் பேதலித்துக்
கிறங்கி மீளும்
ஒவ்வொரு கணத்திலும்

பெருகி வழிகிறது
உன் மீது
மீளமுடியாக்
காதல்.
○